HEIÐILEGA LEIÐBEININGAR AÐ VATNARMAÐURINN

100 UPPSKRIFTIR AÐ ÞURRKANDI GRÆNMETI, KJÖTI, ÁVÖXTUM OG FLEIRA

Rúnar Möller

Allur réttur áskilinn.

Fyrirvari

Upplýsingunum sem er að finna í þessari rafbók er ætlað að þjóna sem alhliða safn aðferða sem höfundur þessarar rafbókar hefur rannsakað. Samantektir, aðferðir, ábendingar og brellur eru einungis mælt með af höfundi og lestur þessarar rafbókar mun ekki tryggja að niðurstöður manns muni nákvæmlega endurspegla niðurstöður höfundar. Höfundur rafbókarinnar hefur lagt allt kapp á að veita lesendum rafbókarinnar núverandi og nákvæmar upplýsingar. Höfundur og félagar hans munu ekki bera ábyrgð á óviljandi villu eða vanrækslu sem kunna að finnast. Efnið í rafbókinni getur innihaldið upplýsingar frá þriðja aðila. Efni frá þriðja aðila samanstanda af skoðunum frá eigendum þeirra. Sem slíkur tekur höfundur rafbókarinnar ekki ábyrgð eða ábyrgð á efni eða skoðunum þriðja aðila.

Rafbókin er höfundarrétt © 2022 með öllum rétti áskilinn. Það er ólöglegt að endurdreifa, afrita eða búa til afleitt verk úr þessari rafbók í heild eða að hluta. Enga hluta þessarar skýrslu má afrita eða endursenda á nokkurn hátt afrita eða endursenda á nokkurn hátt án skriflegs og undirritaðs leyfis höfundar.

EFNISYFIRLIT

EFNISYFIRLIT..3

KYNNING...7

SIRUPS & JELY..9

    1. Bláberja basil síróp..10

    2. Pektín með sítrusmýti..13

    3. Bleik greipaldinhlaup..15

SÓSUR & KLÆÐINGAR..17

    4. Hunang með engifer og sítrónu...18

    5. Honey Peach BBQ sósa...21

    6. Slow Cooker Kryddperusmjör..24

    7. Heimabakað hnetusmjör..26

    8. Rjómalöguð gúrkusalatdressing..28

GRÆNMETI Í DUFTI..30

    9. Tómatduft..31

    10. Sætkartöfluduft..33

    11. Sellerí salt..36

    12. Græn duftblanda..38

VITTAÐIR ÁVENTAR..40

    13. Rifin kókos..41

    14. Kókosmjöl...43

    15. Jarðarberja bananarúllur...45

    16. Cinnamon Epli Leður..47

    17. Pumpkin Pie Leður..50

    18. Pizzablanda tómatleður...52

    19. Blandað grænmetisleður...54

    20. Tómatar umbúðir..57

KRYDDBRENNUR..59

21. Cajun kryddblanda... 60
22. Steikkryddblanda... 62
23. Pizzukryddblanda... 64
24. Creole kryddblanda... 66
25. Jurtakrydd... 68
26. Eþíópísk jurtablanda (berbere)... 70
27. Blanda úr kryddjurtasalat... 73
28. Blandað kryddjurtaedik... 75
29. Blandað kryddjurtapestó... 77
30. Sinneps-jurt marinade... 79
31. Jurta eftirréttsósa... 81
32. Sítrusjurtadressing... 83
33. Bústaður-jurt dressing... 85
34. Herbes de Provence blanda... 87
35. Jurta- og olíumarinering... 89
36. Auðvelt jurtaedik... 91
37. Súrlauks-pestó... 93
38. Gúrkujurtadressing... 96
39. Herbed pecan nudda... 98
40. Geggjaður kryddjurtadressing... 100
41. Hvítlauks-sítrónu-jurt nudda... 102
42. Dolce latté jurta ídýfa... 104
43. Frönsk kryddjurtablanda... 107
44. Krydd- og kryddsmjör... 109
45. Jurta grænmetisdressing... 111
46. Beikon-, tómat- og kryddjurtadýfa... 113
47. Hvítlauksjurt smurt... 115
48. Chevre með kryddjurtum... 117

NAUTAKJÖT... 119

49. Classic Beef Jerky minn... 120
50. Nautasteik Jerky... 123

SÚPA... 126

51. Blómkálssúpa... 127
52. Aspas súpa... 130

53. Thermos grænmetissúpa.. 133

AFVITTAÐAR FLÓNAR..**136**

54. Sætar kartöfluflögur.. 137
55. Grænkálsflögur.. 139
56. Kúrbítsflögur... 141
57. Vatnslaus ísskápapúrur.. 144
58. Prosciutto franskar... 147
59. Rófaflögur.. 149
60. Byggflögur.. 151
61. Cheddar Mexi-melt hrökk... 154
62. Pepperoni franskar.. 156
63. Engilsnökkur.. 158
64. Kjúklingaskinn hrökk satay.. 160
65. Kjúklingaskinn með avókadó.. 163
66. Parmesan grænmetishrökk... 165
67. Graskerbaka kókoshnetukökur... 167
68. Kjúklingaskinn hrökk Alfredo.. 169

GRÆNTÆMI...**171**

69. Sætar kartöflur kókosmjöl pönnukökur.................................. 172
70. Slow Cooker fylltar hvítkálsrúllur.................................... 175
71. Steikt vetrarskvass með eplum... 178
72. Vötnuð vetrarskvasshreiður.. 181
73. Hvítlaukskreóla kryddað Squash hreiður................................ 183
74. Fajita baunir og hrísgrjón.. 186
75. Hrísað blómkál pizzaskorpa.. 189
76. Hash Brown blanda í krukku.. 192
77. Fljótleg brún hrísgrjón... 195
78. Quick Cook baunir... 197
79. Bakaðar baunir frá Frú B.. 199
80. Mexíkóskt Fiesta bakað.. 201

DRYKKUR..**204**

81. Rose Hip myntu te... 205
82. Appelsínu myntu te blanda... 207

83. Lemon Verbena sólte 209
84. Límónaði með þurrkuðum sítrus 211

EFTIRLITUR **213**

85. Apple Crisp með hafraráleggi 214
86. Fitulítil ananaskaka 217
87. Niðursoðinn engifer 220
88. Haframjöl fíkjukökur 223

MARINADES **226**

89. Hvítlauksbúgarðsdressing 227
90. Rauðlauks- og kóríanderdressing 229
91. Dilly ranch kremuð dressing 231
92. Heitt cha cha dressing 233
93. Vinaigrette í Cajun-stíl 235
94. Sinnepsvínaigrette 237
95. Engifer og pipar víneigrette 239
96. Sítrus vínaigrette 241
97. Hvítur pipar og negull nudda 243
98. Chili þurr nudda 245
99. Bourbon kryddblanda 247
100. Auðvelt jurtaedik 249

NIÐURSTAÐA **251**

KYNNING

Á miðöldum byggðu fólk í Evrópu herbergi í framhaldi af eimingarverksmiðjum sem voru sérstaklega hönnuð til að þurrka mat með hita frá eldi innandyra. Matur var strengdur yfir herbergið, reyktur og þurrkaður. Skortur á sólarljósi og þurrir dagar gerðu það að verkum að ómögulegt var að þurrka mat úti og þessi sérkennu hús leystu vandamálið fyrir fólk sem bjó í köldu og blautu loftslagi.

Um miðjan 1800 var aðferð þróað þannig að hægt væri að þurrka grænmeti við 105°F og þjappa saman í kökur. Þetta þurrkaða grænmeti var kærkomið næringarefni fyrir sjómenn sem þjáðust af löngum siglingum án fersks matar. Í seinni heimsstyrjöldinni notuðu hermenn þurrkaðan mat sem léttan skammt á meðan þeir þjónuðu á vígvellinum. Við þekkjum þetta í dag sem „máltíðir tilbúnar til að borða" (MRE). Eftir stríðið flýttu húsmæður sér ekki að bæta þessum þétta, en oft bragðlausa, mat inn í daglega matreiðslu og þurrkaður matur féll í óhag.

Sem undirbúningsmaður sem er líka garðyrkjumaður vil ég taka búrundirbúninginn minn umfram baunir, hrísgrjón, hveiti og egg í duftformi. Að þurrka garðinn minn fyllir skarðið sem matur sem ekki er hægt að niðursoða og frysti sem er viðkvæmur fyrir rafmagnsleysi skilur eftir sig. Hreint vatnsból og eldur eru það eina sem stendur á milli fjölskyldu minnar og heitrar máltíðar sem er útbúin með þurrkuðu hráefni.

Þessi bók er ekki bara fyrir reynda garðyrkjumenn, samviskusama undirbúa og sérfræðinga. Það er fyrir alla sem elska ferskan mat og vilja hafa hönd í bagga með hvernig hann er varðveittur. Til að koma til móts við virkan lífsstíl nútímans þarf þurrkun að falla auðveldlega inn í daglega rútínu þína, taka eins stuttan tíma og mögulegt er og krefjast lágmarks undirbúningstíma. Með því að sameina magninnkaup með raðvörslulotum, sem og skilvirkum þurrkara, geturðu þurrkað mat til að nota á hverjum degi.

SIRUPS & JELY

1. Bláberja basil síróp

Afrakstur: 3 bollar

Undirbúningstími: 10 mínútur

Eldunartími: 10 mínútur

Hráefni

2 bollar þurrkuð bláber

2 bollar sykur

$\frac{1}{4}$ bolli þurrkuð basilíkublöð

$\frac{1}{8}$ teskeið askorbínsýra

LEIÐBEININGAR

1. Til að búa til bláberjasafa, eldið þurrkuð bláber í $2\frac{1}{2}$ bolla af vatni á óvirkri pönnu. Látið suðuna koma upp og látið malla í 10 mínútur, hrærið og maukið ávextina þegar þeir eldast. Sigtið í gegnum sigti til að fjarlægja berin. Leggið ber til hliðar.

2. Blandið bláberjasafanum, sykri og basilíkublöðum saman í pott og látið suðuna koma upp. Lækkið hitann og látið malla í 5 mínútur. Fjarlægðu hvaða froðu sem er.

3. Takið pottinn af hellunni og sigtið basilíkublöðin úr.

4. Ef þér líkar vel við bláberjabita í sírópinu þínu, skaltu setja sírópið aftur í pottinn og bæta berjunum aftur við. Látið malla í 2 mínútur.

5. Takið pottinn af hitanum og bætið við askorbínsýru. Hrærið til að blanda saman.

6. Hellið fullunna sírópinu í sótthreinsaðar krukkur, innsiglið og merkið. Þetta síróp er hægt að nota strax eða geymt í flöskum með sveiflu í allt að ár með askorbínsýru bætt við, eða 6 mánuði án þess. Með því að minnka sykurinnihaldið minnkar geymsluþolið. Þú getur geymt hvaða opnaðar flöskur sem er í kæli í allt að 2 vikur.

2. Pektín með sítrusmýti

Afrakstur: 2 bollar

Undirbúningstími: 5 mínútur

Eldunartími: 20 mínútur, auk hvíldartíma

Hráefni

½ pund sítrusmarg og fræ

¼ bolli sítrussafi, eins og sítrónu

LEIÐBEININGAR

1. Notaðu grænmetisskeljara til að fjarlægja hýðið af ávöxtunum. Vistaðu húðina fyrir þurrkun.

2. Notaðu grænmetisskrjálsara til að fjarlægja börkinn. Saxið grjónin og setjið til hliðar ásamt fræjunum.

3. Bætið maríu, fræjum og sítrussafa í miðlungs, óviðbragðslausan pott. Látið pottinn standa í klukkutíma.

4. Bætið 2 bollum af vatni út í og látið standa í klukkutíma í viðbót.

5. Látið suðuna koma upp í pottinum við háan hita. Lækkið hitann og látið malla í 15 mínútur. Kældu niður í stofuhita.

6. Setjið blönduna í hlauppoka og leyfið henni að renna af. Ýttu á til að fjarlægja safa.

7. Geymið auka pektín í frysti.

3. Bleik greipaldinhlaup

Afrakstur: 2 bollar

Undirbúningstími: 15 mínútur

Eldunartími: 30 mínútur

Hráefni

4 handfyllir þurrkaðir bleikir greipaldinshýðir eða hringir

2 bollar kalt vatn

1½ bolli sykur

LEIÐBEININGAR

1. Setjið greipaldinshýði eða hringi í stóra skál og hyljið með köldu vatni þar til þær eru búnar, um það bil 15 mínútur. Tæmdu og geymdu greipaldinsvökvann.

2. Saxið endurvatnaða greipaldinið í litla bita.

3. Mældu ½ pund af söxuðu greipaldinsbitunum og bættu í pott sem ekki var hvarfgjarnt ásamt vatni og sykri. Bætið við nægu vatni til að hylja greipaldinsbitana, ef þarf. Sjóðið þar til það er vel soðið, 30 mínútur.

4. Tæmið í gegnum hlauppoka. Látið kólna aðeins og þrýstið út öllum vökva.

SÓSUR & KLÆÐINGAR

4. Hunang með engifer og sítrónu

Afrakstur: 1 bolli

Undirbúningstími: 5 mínútur, auk 2 vikna biðtími

Hráefni

1 matskeið þurrkað engifer

1 tsk þurrkaður sítrusberki

1 bolli hrátt, ósíuð, ógerilsneytt hunang, örlítið heitt

LEIÐBEININGAR

1. Setjið þurrkað engifer og sítrus í kaffikvörn og saxið til að losa arómatísk bragðefni.

2. Setjið engiferið og sítrusinn í tepoka eða ferning af ostaklút og bindið með bandi svo pokinn/ostaklúturinn haldist lokaður. (Það er nánast ómögulegt að tína þurrkaðar jurtir úr hunangi.)

3. Hellið þremur fjórðu af örlítið heitu hunanginu ofan á kryddjurtapokann í lítra krukku. Notaðu ætipinna eða teini til að hræra hunangið, fjarlægðu loftbólur og vertu viss um að kryddjurtapokinn sé alveg vættur.

4. Fylltu krukkuna af hunanginu sem eftir er. Skrúfaðu lokið vel á. Settu krukkuna fyrir utan beinu sólarljósi, á svæði þar sem þú getur fylgst með ferlinu.

5. Leyfðu bragðtegundunum að streyma inn í 2 vikur. Ef þú átt í vandræðum með að kryddpokinn svífi upp á yfirborðið skaltu

snúa krukkunni á hvolf. Þetta mun halda bragðinu á kafi og blanda hunanginu alltaf svo lítið.

6. Eftir 2 vikur skaltu fjarlægja tepokann og geyma hunangið í búrinu í allt að ár.

5. Honey Peach BBQ sósa

Afrakstur: 1 bolli

Undirbúningstími: 30 mínútur

Eldunartími: 20 mínútur

Hráefni

16 sneiðar þurrkaðar ferskjur eða 1 bolli ferskur sneiðar ferskjur

2 tsk ólífuolía

1 bolli saxaður laukur

1 tsk salt

1 tsk chipotle duft

¼ tsk malað kúmen

klípa af kryddjurtum

¼ bolli hunang

4 tsk eplaedik

LEIÐBEININGAR

1. Setjið ferskjur í stóra skál, hyljið með volgu vatni og látið liggja í bleyti í 30 mínútur. Tæmdu og fargaðu bleytivökvanum. Saxið endurvöktuðu ferskjurnar gróflega. og leggja til hliðar.

2. Hjúpið botninn á meðalstórum potti með ólífuolíu. Við meðalhita, bætið lauknum út í og eldið þar til hann er mjúkur og byrjar að brúnast, 5 mínútur.

3. Bætið salti, chipotle, kúmeni og kryddjurtum út í og eldið þar til kryddið lyktar ilmandi, um það bil 30 sekúndur.

4. Bætið við endurvöktuðum ferskjum, hunangi og ediki og hrærið til að hjúpa.

5. Lokið pottinum, aukið hitann í meðalháan og eldið þar til ferskjurnar eru alveg mjúkar og brotnar niður, 15 mínútur.

6. Flyttu yfir í blandara til að mauka, eða notaðu blöndunartæki. Bætið við viðbótar eplaediki fyrir þynnri sósu.

6. Slow Cooker Kryddperusmjör

Afrakstur: 3 bollar

Undirbúningstími: 1 klst

Eldunartími: 4 til 8 klukkustundir

Hráefni

1 pund þurrkaðir peruhlutar

¼ bolli púðursykur

1 matskeið kanill

1 tsk malað engifer

½ tsk malaður múskat

LEIÐBEININGAR

1. Bætið þurrkuðu perunum í hægan eldavél og bætið við nægu vatni til að hylja ávextina. Með lokið af, eldið á lágu í 1 klukkustund þar til perurnar eru endurvökvaðar.

2. Bætið restinni af hráefnunum í hæga eldavélina, hrærið til að blanda saman og lokið.

3. Eldið í 4 klukkustundir á hámarki eða 6 til 8 klukkustundir á lágu.

4. Notaðu blöndunartæki til að mauka blönduna eða flyttu yfir í blandara og blandaðu saman í litlum skömmtum.

5. Geymið í kæli í allt að 3 vikur.

7. Heimabakað hnetusmjör

Afrakstur: ½ bolli

Undirbúningstími: 20 mínútur

Eldunartími: 5 mínútur

Hráefni

2 bollar þurrkaðar jarðhnetur

hunang, eftir smekk

LEIÐBEININGAR

1. Forhitið ofninn í 300°F.

2. Dreifið hnetum ekki meira en ½ tommu þykkt á bökunarplötu. Steikið í 20 mínútur. Þegar þær eru rétt brenndar verða þær aðeins brúnaðar og hafa bragð af hnetum, hnetukenndar og notalegar, ekki eins og baun.

3. Í matvinnsluvél, malaðu ristuðu hneturnar þar til smjör myndast, um það bil 5 mínútur. Skafið hliðarnar og bætið hunangi við eftir smekk, vinnið í eina mínútu þar til það nær þeirri samkvæmni sem þú vilt. Hægt er að bæta við jurta- eða hnetuolíu ef þú vilt þynnra hnetusmjör.

8. Rjómalöguð gúrkusalatdressing

Afrakstur: 2 bollar

Undirbúningstími: 15 mínútur

Hráefni

1 bolli þurrkaðir gúrkuflögur

½ bolli þurrkaður grænn laukur

½ tsk þurrkaður hvítlaukur

¾ bolli léttur sýrður rjómi

1 msk létt majónesi

1 matskeið sítrónusafi

1 tsk þurrkað dill illgresi, basil eða steinselja

LEIÐBEININGAR

1. Setjið gúrkuflögur og lauk í stóra skál, hyljið með köldu vatni og látið liggja í bleyti í 15 mínútur. Tæmdu og fargaðu bleytivökvanum.

2. Blandið endurvökvaða grænmetinu og afganginum af hráefninu í blandara eða lítilli matvinnsluvél þar til það er slétt.

3. Bætið við skvettu af mjólk ef þynna þarf dressinguna.

Grænmeti í dufti

9. Tómatduft

Afrakstur: ⅔ bolli

Undirbúningstími: 5 mínútur

Hráefni

1 bolli þurrkaðir tómatar, skipt

LEIÐBEININGAR

1. Í ¼ bolla lotum, malið þurrkaða tómata í matvinnsluvél, blandara eða kaffikvörn þar til tómatar ná duftformi.

2. Flyttu yfir í netsíu og hreyfðu bitana með spaða þar til duftið fellur í gegnum möskvann.

10. Sætkartöfluduft

Afrakstur: 2 bollar mauk, ½ bolli duft

Undirbúningstími: 60 mínútur

Eldunartími: 5 til 8 klukkustundir

Hráefni

2 pund sætar kartöflur

LEIÐBEININGAR

1. Afhýðið sætar kartöflur eða látið hýðið vera á til að auka næringarávinninginn. Skerið í þunnar ræmur. Sjóðið í 10 til 15 mínútur þar til sætu kartöflurnar eru mjúkar, tæmdu síðan og geymdu eldunarvökva. Að öðrum kosti er hægt að baka heila og skera lengjur þegar þær eru soðnar.

2. Stappaðu sætu kartöflurnar í sléttan þykkt. Pynnið með vatni, helst eldunarvökva, ef þarf.

3. Dreifið ½ bolla af kartöflumús á hvert Paraflexx blað, bakka með plastfilmu eða á ávaxtaleðurblöð. Dreifið MJÖG þunnt.

4. Þurrkaðu við 135°F í 4 til 6 klukkustundir. Þegar toppurinn er orðinn þurr, snúðu sætum kartöflublöðunum við, fjarlægðu bakkann og þurrkaðu undirhliðina í 1 til 2 klukkustundir til viðbótar ef þörf krefur.

5. Hættu að þorna þegar sætu kartöflublöðin eru stökk og varan molnar.

6. Vinndu í duft með því að bæta þurrkaðri sætkartöflubörknum í blandara eða matvinnsluvél og blanda saman.

11. Sellerí salt

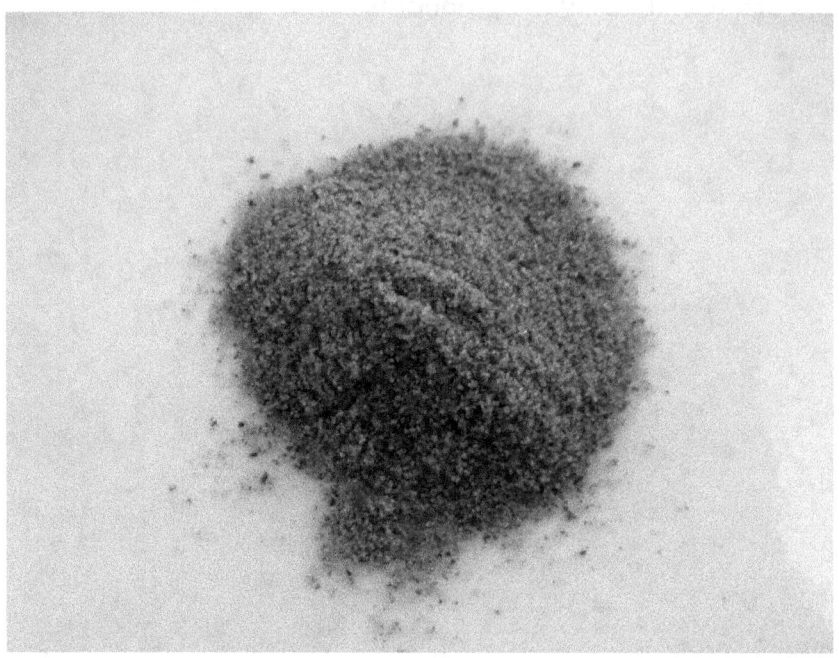

Afrakstur: 1 bolli

Undirbúningstími: 5 mínútur

Hráefni

½ bolli þurrkaðir sellerístilkar og laufblöð

½ bolli kosher salt, auk meira eftir þörfum

LEIÐBEININGAR

1. Mala selleríið í kaffikvörn eða matvinnsluvél þar til það er fínmalað.

2. Bætið kosher saltinu út í og vinnið í stuttum köstum í eina mínútu, þar til blandan nær þeirri samkvæmni sem þú ert að leita að. Spilaðu með hlutfallið af salti og sellerí eftir smekk þínum.

12. Grøn duftblanda

Afrakstur: 2 bollar duft

Undirbúningstími: 5 mínútur

Eldunartími: 4 til 8 klukkustundir

Hráefni

6 bollar fersk spínatlauf

6 bollar fersk grænkálsblöð

LEIÐBEININGAR

1. Það er ekki nauðsynlegt að snyrta grænmetisblöðin fyrir þurrkun; Hins vegar gætirðu viljað fjarlægja sterk rif, stilka og fræ.

2. Þurrkaðu grænmeti við 100°F og byrjaðu að athuga hvort það sé þurrt eftir 4 klst. Það fer eftir stærð laufanna og þykkt þeirra, þetta getur tekið allt að 8 klukkustundir.

3. Þegar það hefur þornað skaltu nudda blöðunum á milli handanna til að brjóta þau í smærri bita. Malið bitana í matvinnsluvél, blandara eða kaffikvörn þar til grænmetið nær duftformi. Sigtið duft í gegnum sigti. Blandaðu aftur öllum stórum bitum þar til allt er duftformað.

VITTAÐIR ÁVENTAR

13. Rifin kókos

Afrakstur: 2 til 3 bollar

Undirbúningstími: 20 mínútur

Eldunartími: 6 til 10 klukkustundir

Hráefni

1 lítil fersk kókos, afhýdd

LEIÐBEININGAR

1. Stingdu gat ofan á kókoshnetuna og tæmdu mjólkina.

2. Notaðu hamar til að brjóta kókoshnetuna í tvennt meðfram miðjumerkinu. Fjarlægðu harða ytri skelina.

3. Fjarlægðu mjúku ytri himnuna með grænmetisskeljara eða beittum hníf.

4. Rífið ferska kókoshnetukjötið á nokkra vegu.

5. Þurrkaðu litla og meðalstóra rifa á þurrkunarbakka við 110°F í 6 til 8 klukkustundir. Það getur tekið allt að 10 klukkustundir að klára þykkar kókoshnetur.

14. Kókosmjöl

Afrakstur: ½ bolli

Undirbúningstími: 5 mínútur

Eldunartími: 2 til 4 klukkustundir

Hráefni

1 bolli rifin kókos (bls. 96)

2 bollar vatn

LEIÐBEININGAR

1. Settu rifna kókoshnetuna í blandara með 2 bollum af vatni. Vinnið á háu þar til kókosið er fínt saxað.

2. Sigtið mjólkina í gegnum hlauppoka; spara að drekka.

3. Taktu deigið, dreifðu því á þurrkara Paraflexx lak og þurrkaðu það við 110°F í 2 til 4 klukkustundir.

4. Þegar það hefur verið þurrkað skaltu vinna úr þurrkaða deiginu í fínt duft. Þetta kókosmjöl mun hafa minni fitu og þarf einnig meira vatn eða egg þegar það er notað í uppskriftum.

Tilbrigði: Þú getur sleppt vatninu og unnið kókoshnetuna í litlum skömmtum í blandara þar til hún er eins og fínt duft. Þetta hveiti hefur hærra fituinnihald og verður ekki eins þurrt í uppskriftum.

15. Jarðarberja bananarúllur

Afrakstur: 3 stórir bakkar, 24 rúllur

Undirbúningstími: 10 mínútur

Eldunartími: 6 til 8 klukkustundir

Hráefni

2 pund jarðarber, afhýdd

3 meðalstórir þroskaðir bananar

hunang (valfrjálst)

vatn eða ávaxtasafa, eftir þörfum

LEIÐBEININGAR

1. Skerið jarðarberin í fernt og bætið síðan í blandara.

2. Brjótið banana í 2 tommu bita og bætið síðan í blandarann.

3. Bætið við hunangi eftir smekk, ef vill.

4. Fylgdu leiðbeiningunum fyrir ávaxtaleður án eldunar á blaðsíðu 38, blandaðu ávöxtunum þar til þeir eru sléttir. Bætið við vatni eða safa í 1 matskeiðs þrepum, eftir þörfum, til að þynna blönduna.

5. Hyljið þurrkara bakka með ávaxtaleðurbakka úr plasti eða plastfilmu. Helltu blöndunni í jöfnu magni á þurrkara bakka. Hyljið með bakkahlífum eða plastfilmu. Þurrkaðu við 125°F í 6 til 8 klukkustundir.

16. Cinnamon Epli Leður

Afrakstur: 4 stórir bakkar, 36 rúllur

Undirbúningstími: 40 mínútur

Eldunartími: 6 til 10 klukkustundir

Hráefni

8 sæt epli, skræld og kjarnhreinsuð

1 bolli vatn

malaður kanill, eftir smekk

2 matskeiðar sítrónusafi

sykur, eftir smekk (valfrjálst)

LEIÐBEININGAR

1. Saxið eplin gróft. Bætið eplum og vatni í stóran pott. Lokið og látið malla við meðalhita í 15 mínútur.

2. Maukið eplin í pottinum, bætið síðan kanil, sítrónusafa og sykri út í ef þú notar. Látið malla í 10 mínútur.

3. Leyfðu blöndunni að kólna, renndu svo litlum skömmtum af eplum í gegnum blandara eða matarmylla þar til samræmt mauk myndast.

4. Hyljið þurrkara bakka með ávaxtaleðurbakka úr plasti eða plastfilmu. Dreifið maukinu á þurrkunarbakka til að mynda $\frac{1}{4}$

tommu þykkt lag. Hyljið með bakkahlífum eða plastfilmu.
Þurrkaðu við 125°F í 6 til 10 klukkustundir.

17. Pumpkin Pie Leður

Afrakstur: 3 stórir bakkar, 24 rúllur

Undirbúningstími: 5 til 20 mínútur ef notað er niðursoðið grasker; 40 til 60 mínútur fyrir ferskt grasker

Eldunartími: 8 til 10 klukkustundir

Hráefni

1 (29 aura) dós grasker eða 3 bollar ferskt grasker, soðið og maukað

¼ bolli hunang

¼ bolli eplasafi

2 tsk malaður kanill

½ tsk malaður múskat

½ tsk duftformi negull

½ tsk malað engifer

LEIÐBEININGAR

1. Blandið öllu hráefninu saman í stórri skál þar til mauk myndast.

2. Hyljið þurrkara bakka með ávaxtaleðurbakka úr plasti eða plastfilmu. Dreifið maukinu á þurrkunarbakka til að mynda ¼ tommu þykkt lag. Hyljið með bakkahlífum eða plastfilmu. Þurrkaðu við 130°F í 8 til 10 klukkustundir.

18. Pizzablanda tómatleður

Afrakstur: 2 stórir bakkar, 16 rúllur

Undirbúningstími: 40 mínútur

Eldunartími: 8 til 12 klukkustundir

Hráefni

1 pund tómatar, kjarnhreinsaðir og skornir í fjórða

½ matskeið pizzakryddblanda (má sleppa)

LEIÐBEININGAR

1. Eldið tómatana í lokuðum miðlungs potti við lágan hita í 15 til 20 mínútur. Takið af hitanum og látið kólna í nokkrar mínútur.

2. Maukið soðnu tómatana í blandara eða matvinnsluvél þar til þeir eru sléttir. Bætið við kryddi, ef það er notað, og blandið saman.

3. Setjið maukið aftur í pottinn og hitið þar til vatnið hefur gufað upp og sósan þykknað.

4. Hyljið þurrkara bakka með ávaxtaleðurbakka úr plasti eða plastfilmu. Dreifið tómatmaukinu á þurrkunarbakka til að mynda ¼ tommu þykkt lag. Hyljið með bakkahlífum eða plastfilmu. Þurrkaðu við 135°F í 8 til 12 klukkustundir.

19. Blandað grænmetisleður

Afrakstur: 1 stór bakki, 8 rúllur

Undirbúningstími: 40 mínútur

Eldunartími: 4 til 8 klukkustundir

Hráefni

2 bollar tómatar, kjarnhreinsaðir og skornir í bita

1 lítill laukur, saxaður

$\frac{1}{4}$ bolli saxað sellerí

1 grein basil

salt, eftir smekk

LEIÐBEININGAR

1. Eldið allt hráefnið í lokuðum miðlungs potti við lágan hita í 15 til 20 mínútur. Takið af hitanum og látið kólna í nokkrar mínútur.

2. Bætið í blandara og maukið þar til það er slétt.

3. Setjið maukið aftur í pottinn og hitið þar til vatnið hefur gufað upp og sósan þykknað.

4. Hyljið þurrkara bakka með ávaxtaleðurbakka úr plasti eða plastfilmu. Dreifið maukinu á þurrkunarbakka til að mynda $\frac{1}{4}$ tommu þykkt lag. Hyljið með bakkahlífum eða plastfilmu. Þurrkaðu við 135 ° F, þar til það er sveigjanlegt (fyrir umbúðir),

um 4 klukkustundir, eða þar til það er stökkt (til að nota í súpur og pottrétti), 6 til 8 klukkustundir.

20. Tómatar umbúðir

Afrakstur: 2 stórir bakkar, 6 umbúðir

Undirbúningstími: 5 mínútur

Eldunartími: 4 klst

Hráefni

2 pund tómatar, kjarnhreinsaðir og saxaðir

krydd, eftir smekk

LEIÐBEININGAR

1. Maukið fersku tómatana í blandara eða matvinnsluvél þar til þeir eru sléttir.

2. Bætið við kryddi að vild.

3. Hyljið þurrkara bakka með ávaxtaleðurbakka úr plasti eða plastfilmu. Dreifið maukinu á þurrkunarbakka til að mynda $\frac{1}{4}$ tommu þykkt lag. Hyljið með bakkahlífum eða plastfilmu. Þurrkaðu við 125°F þar til það er teygjanlegt og hægt að fjarlægja það úr bökkunum, en ekki stökkt, í um það bil 4 klukkustundir.

KRYDDBRENNUR

21. Cajun kryddblanda

Afrakstur: 1½ bollar

Hráefni

¼ bolli hvítlauksduft

¼ bolli kosher eða sjávarsalt

½ bolli paprika

2 matskeiðar pipar

2 matskeiðar laukduft

2 matskeiðar þurrkað oregano

1 matskeið þurrkað timjan

1 matskeið cayenne duft (valfrjálst)

LEIÐBEININGAR

Blandið öllu hráefninu í krukku með nægu plássi til að hrista innihaldsefnin.

22. Steikkryddblanda

Hráefni

2 matskeiðar gróft salt

1 matskeið pipar

1 matskeið kóríander

1 matskeið sinnepsfræ

½ matskeið dillfræ

½ msk rauð paprika flögur

LEIÐBEININGAR

Blandið saman og keyrið í gegnum kryddkvörn eða kaffikvörn til að fá duft. Notaðu ½ matskeið fyrir hvert 1½ pund af kjöti.

23. Pizzukryddblanda

Hráefni

1½ tsk þurrkuð basil

1½ tsk þurrkað oregano

1½ tsk þurrkaður laukur

1½ tsk þurrkað rósmarín

½ tsk þurrkað timjan

½ tsk hvítlauksduft

½ tsk salt

½ tsk rauðar piparflögur

LEIÐBEININGAR

Blandið saman og keyrið í gegnum kryddkvörn eða kaffikvörn til að fá duft. Notaðu ½ matskeið á hvert pund af tómötum.

24. Creole kryddblanda

Afrakstur: um ½ bolli

Hráefni

1 matskeið laukduft

1 matskeið hvítlauksduft

1 matskeið þurrkuð basil

½ matskeið þurrkað timjan

½ matskeið svartur pipar

½ matskeið hvítur pipar

½ matskeið cayenne pipar

2½ matskeiðar paprika

1½ msk salt

LEIÐBEININGAR

Blandið saman laukdufti, hvítlauksdufti, þurrkuðu basilíku, þurrkuðu timjani, pipar, papriku og salti í lítilli skál. Blandið vandlega saman.

25. Jurtakrydd

Afrakstur: 1 skammtur

ÍRÁN

½ tsk Malaður heitur pipar

1 matskeið Hvítlauksduft

1 tsk Hver þurrkuð basilíka, þurrkuð marjoram, þurrkað timjan, þurrkuð steinselja,

Þurrkað bragðmikið, mace, laukduft, nýmalaður svartur pipar, duftformuð salvía.

LEIÐBEININGAR:

Sameina innihaldsefni, geyma í loftþéttum umbúðum á köldum þurrum, dimmum stað í allt að sex mánuði.

26. Eþíópísk jurtablanda (berbere)

Afrakstur: 1 skammtur

ÍRÁN

2 tsk Heil kúmenfræ

4 hver heilir negull

¾ tsk Svart kardimommufræ

½ tsk Heil svört piparkorn

¼ tsk Heil pipar

1 tsk Fenugreek fræ

½ tsk Heil kóríanderfræ

10 smærri þurrkaðir rauðir chili

½ tsk Rifinn engifer

¼ tsk túrmerik

2½ matskeið sæt ungversk paprika

⅛ teskeið kanill

⅛ teskeið Malaður negull

LEIÐBEININGAR:

Ristið kúmen, negull, kardimommur, piparkorn, kryddjurt, fenugreek og kóríander á lítilli pönnu í um það bil 2 mínútur, hrærið stöðugt í.

Takið af hitanum og kælið í 5 mínútur. Fleygðu stilkunum af chili. Í kryddkvörn eða með mortéli og stöpli, malið saman ristuðu kryddin og chili.

Blandið afganginum af hráefninu saman við.

27. Blanda úr kryddjurtasalat

Afrakstur: 1 skammtur

ÍRÁN

¼ bolli steinseljuflögur

2 matskeiðar Hvert þurrkað oregano, basil og marjoram, mulið

2 matskeiðar Sykur

1 msk fennelfræ, mulin

1 matskeið þurrt sinnep

1½ tsk Svartur pipar

LEIÐBEININGAR:

Setjið öll hráefnin í 1-pint krukku, lokið vel á og hristið vel til að blandast saman. Geymið á köldum, dimmum, þurrum stað

Gerir 1 bolla til að búa til jurtavínaigrettedressingu: Þeytið saman 1 msk kryddjurtasalatsósublöndu, ¾ bolli af volgu vatni, 2½ msk estragonedik eða hvítvínsedik, 1 msk ólífuolía og 1 pressaður hvítlauksrif í lítilli skál.

Smakkið til og bætið við ¼ til ½ tsk af kryddjurtasalatsósublöndunni ef þú vilt sterkara bragð. Látið standa við stofuhita að minnsta kosti 30 mínútur fyrir notkun, þeytið síðan aftur.

28. Blandað kryddjurtaedik

Afrakstur: 1 skammtur

Hráefni

- 1 pint rauðvínsedik
- 1 stykki eplasafi edik
- 2 Skrældar, helmingaðir hvítlauksgeirar
- 1 grein estragon
- 1 timjankvistur
- 2 greinar ferskt oregano
- 1 lítill stöngull sæt basilíka
- 6 svört piparkorn

Leiðbeiningar:

Hellið rauðvíni og eplasafi edik í kvartskrukku. Bætið hvítlauk, kryddjurtum, piparkornum út í og setjið lok á. Látið standa á köldum stað, fjarri sólinni, í þrjár vikur. Hristið af og til. Hellið á flöskur og hættið með korki.

29. Blandað kryddjurtapestó

Afrakstur: 1 skammtur

ÍRÁN

1 bolli Pakkað fersk flatblaða steinselja

½ bolli Pökkuð fersk basilíkublöð;

1 msk Fersk timjanblöð

1 msk fersk rósmarín lauf

1 msk fersk estragon lauf

½ bolli Nýrifinn parmesan

⅓ bolli Ólífuolía

¼ bolli valhnetur; ristað gyllt

1 matskeið Balsamic edik

LEIÐBEININGAR:

Blandið öllu hráefninu saman í matvinnsluvél með salti og pipar eftir smekk þar til mjúkt. (Pestó geymist, yfirborð þakið plastfilmu, kælt, 1 viku.)

30. Sinneps-jurt marinade

Afrakstur: 1 skammtur

ÍRÁN

½ bolli Dijon sinnep

2 matskeiðar þurrt sinnep

2 matskeiðar jurtaolía

¼ bolli þurrt hvítvín

2 matskeiðar Þurrkað estragon

2 matskeiðar Þurrkað timjan

2 matskeiðar Þurrkuð salvía, mulin

LEIÐBEININGAR:

Blandið öllum hráefnunum saman í skál. Látið standa í 1 klst. Bætið kjúklingi eða fiski út í og hjúpið vel. Látið standa í marineringunni. Þurrkaðu með pappírshandklæði

Notaðu afganginn af marineringunni til að strá fisk eða kjúkling rétt áður en þú tekur hana af grillinu.

31. Jurta eftirréttsósa

Afrakstur: 1 skammtur

ÍRÁN

⅓ bolli Þungt rjómi

¾ bolli súrmjólk

1 tsk Rifinn sítrónubörkur

¼ tsk Malað engifer

⅛ teskeið Möluð kardimommur

¼ bolli Garam masala, kryddjurt eða

Múskat

LEIÐBEININGAR:

Þeytið rjómann í meðalstórri, kældri skál þar til mjúkir toppar myndast.

Blandið hinum hráefnunum saman í lítilli skál og blandið varlega saman við kremið. Sósan á að vera eins og þykkur rjómi.

32. Sítrusjurtadressing

Afrakstur: 1 skammtur

ÍRÁN

½ meðalstór rauð paprika,

2 meðalstórir tómatar, niðurskornir

½ bolli Lauslega pökkuð fersk basilíka

2 hvítlauksgeirar, saxaðir

½ bolli ferskur appelsínusafi

½ bolli Lauslega pökkuð fersk steinselja

¼ bolli hindberjaedik

1 matskeið þurrt sinnep

2 tsk Fersk timjanblöð

2 tsk Ferskt estragon

2 tsk Ferskt oregano

Malaður svartur pipar

LEIÐBEININGAR:

Blandið öllu hráefninu saman í blandara eða matvinnsluvél og blandið þar til það er maukað.

33. Bústaður-jurt dressing

Afrakstur: 6 skammtar

ÍRÁN

1 matskeið Mjólk

12 aura kotasæla

1 tsk sítrónusafi

1 lítil lauksneið - þunn

3 radísur - helmingaðar

1 tsk blandað salatjurtir

1 steinseljukvistur

¼ tsk Salt

LEIÐBEININGAR:

Setjið mjólkina, kotasæluna og sítrónusafann í blandaraílát og blandið þar til það er slétt. Bætið restinni af hráefninu við kotasælublönduna og blandið þar til allt grænmetið er saxað.

34. Herbes de provence blanda

Afrakstur: 1 skammtur

ÍRÁN

½ bolli Þurrkað heilt timjan

¼ bolli heil þurrkuð basil

2 matskeiðar Heilþurrkað oregano

2 matskeiðar Heilþurrkað rósmarín

LEIÐBEININGAR:

Blandið kryddi, vel saman. Geymið í loftþéttu íláti

35. Jurta- og olíumarinering

Afrakstur: 1 skammtur

ÍRÁN

Safi og börkur af 1 appelsínu

¼ bolli sítrónusafi

¼ bolli jurtaolía

½ tsk engifer

½ tsk Salvía

1 hvítlauksgeiri, saxaður

Nýmalaður pipar

LEIÐBEININGAR:

Sameina hráefni. Leyfðu kjötinu að marinerast í grunnu glermóti í 4 klukkustundir í kæli. Þeytið með marineringunni við steikingu eða grillun.

36. Auðvelt jurtaedik

Afrakstur: 1 skammtur

ÍRÁN

4 greinar ferskt rósmarín

LEIÐBEININGAR:

Til að búa til kryddjurtaedik, setjið skolaðar og þurrkaðar kryddjurtir og hvaða krydd sem er í dauðhreinsaða 750 ml vínflösku og bætið við um 3 bollum af ediki, fyllið að innan við ¼ tommu frá toppnum. Hættu með nýjum korki og settu til hliðar í 2 til 3 vikur til að bratta. Edikið hefur geymsluþol í að minnsta kosti 1 ár.

Með rauðvínsediki, notaðu: 4 greinar fersk hrokkið laufsteinselju, 2 matskeiðar svört piparkorn

37. Súrlauks-pestó

Afrakstur: 1 skammtur

ÍRÁN

1 bolli Sorrel

4 matskeiðar skallottur; fínt söxuð

4 matskeiðar furuhnetur; jörð

3 matskeiðar steinselja; hakkað

3 matskeiðar graslaukur; hakkað

Rifinn börkur af 4 appelsínum

¼ Laukur, rauður; hakkað

1 msk sinnep, þurrt

1 tsk Salt

1 tsk pipar, svartur

1 klípa pipar, cayenne

¾ bolli Olía. ólífu

LEIÐBEININGAR:

Blandið sýringu, skalottlaukum, furuhnetum, steinselju, graslauk, appelsínuberki og lauk saman í matvinnsluvél eða blandara.

Bætið þurru sinnepi, salti, pipar og cayenne út í og blandið aftur saman. Látið olíuna hægt ofan í sig á meðan blaðið er á hreyfingu.

Flyttu yfir í hertar glerkrukkur.

38. Gúrkujurtadressing

Afrakstur: 12 skammtar

ÍRÁN

½ bolli steinselja

1 msk ferskt dill, hakkað

1 tsk ferskt estragon, saxað

2 matskeiðar Eplasafaþykkni

1 meðalstór agúrka, afhýdd, fræhreinsuð

1 hvítlauksgeiri, saxaður

2 Grænir laukar

1½ tsk hvítvínsedik

½ bolli fituskert jógúrt

¼ tsk Dijon sinnep

LEIÐBEININGAR:

Blandið öllum hráefnum nema jógúrt og sinnepi saman í blandara. Blandið þar til slétt, hrærið jógúrt og sinnepi saman við. Geymið í kæli

39. Herbed pecan nudda

Afrakstur: 1 skammtur

ÍRÁN

½ bolli pekanhnetur - brotnar

3 hvítlauksrif - skera niður

½ bolli ferskt oregano

½ bolli ferskt timjan

½ tsk sítrónubörkur

½ tsk Svartur pipar

¼ tsk Salt

¼ bolli matarolía

LEIÐBEININGAR:

Í blandara eða matvinnsluvél, blandaðu saman öllum hráefnum NEMA olíu.

Hyljið og blandið nokkrum sinnum, skafið hliðarnar, þar til það er límaeyðublöð.

Með vélinni í gangi, bætið olíunni smám saman út í þar til blandan myndar deig.

Nuddið á fisk eða kjúkling.

40. Geggjaður kryddjurtadressing

Afrakstur: 1

ÍRÁN

¾ bolli hvítur þrúgusafi; eða eplasafa

¼ bolli hvítvínsedik

2 matskeiðar duftformað ávaxtapektín

1 tsk Dijon sinnep

2 hvítlauksrif; mulið

1 tsk þurrkaðar laukflögur

½ tsk þurrkuð basil

½ tsk þurrkað oregano

¼ tsk svartur pipar; grófmalað

LEIÐBEININGAR:

Í lítilli skál, sameina þrúgusafa, ediki og pektín; hrærið þar til pektín er uppleyst. Hrærið sinnepi og afganginum af hráefninu saman við; blandið vel saman. Geymið í kæli

41. Hvítlauks-sítrónu-jurt nudda

Afrakstur: 1 skammtur

ÍRÁN

¼ bolli hvítlaukur; hakkað

¼ bolli sítrónubörkur; rifið

½ bolli steinselja; ferskt, fínt saxað

2 matskeiðar timjan; ferskt saxað

2 matskeiðar rósmarín

2 matskeiðar Sage; ferskt, saxað

½ bolli Ólífuolía

LEIÐBEININGAR:

Blandið hráefninu saman í litla skál og blandið vel saman. Notaðu daginn sem það er blandað.

42. Dolce latté jurta ídýfa

Afrakstur: 6 skammtar

ÍRÁN

450 millilítrar Sýrður rjómi

150 grömm dolce latté; molnaði

1 matskeið sítrónusafi

4 matskeiðar majónesi

2 matskeiðar Milt karrýmauk

1 rauð paprika; hægelduðum

1 50 grömm feitur mjúkur ostur; (2oz.)

1 lítill laukur; fínt skorið í teninga

2 matskeiðar blandaðar kryddjurtir

2 matskeiðar tómatmauk

Salt og nýmalaður svartur pipar

Grænmetisfrumur og pítubrauð í sneiðum

LEIÐBEININGAR:

Skiptið sýrða rjómanum á milli 3 litlar skálar. Bætið dolce latté og sítrónusafa í eina skálina, bætið 2 msk majónesi, karrýmauki og rauðum pipar í aðra skálina. Í þriðju skálina bætið fullfeiti mjúkum osti, lauk, kryddjurtum og tómatmauki.

Bætið kryddi eftir smekk í hverja skálina og blandið vel saman. Flyttu ídýfurnar yfir í framreiðslurétti og berðu fram kælda með grænmetis hráum og niðurskornu pítubrauði.

43. Frönsk kryddjurtablanda

Afrakstur: 2 bollar

ÍRÁN

½ bolli estragon

½ bolli Chervil

2 matskeiðar Sage lauf

½ bolli timjan

2 matskeiðar rósmarín

5 matskeiðar graslaukur

2 matskeiðar appelsínubörkur, þurrkaður

2 matskeiðar sellerífræ, malað

LEIÐBEININGAR:

Hellið öllu saman og blandið þar til það hefur blandast vel saman. Pakkaðu í litlar krukkur og merktu

Kryddið í höndunum þegar það er notað.

Mældu krydd eftir rúmmáli, ekki eftir þyngd, vegna mikillar breytileika í rakainnihaldi.

44. Krydd- og kryddsmjör

Afrakstur: 1 skammtur

ÍRÁN

8 matskeiðar smjör mildað

2 matskeiðar Ferskt rósmarín, saxað

1 msk ferskt estragon, saxað

1 msk ferskur graslaukur, saxaður

1 msk karrýduft

LEIÐBEININGAR:

Þeytið mjúka smjörið þar til það er rjómakennt. Blandið afganginum af hráefninu saman við.

Setjið smjörið á vaxpappírd mótaðu það í rúllu með flötum hníf.

Leyfið smjörinu að hvíla í kæliskápnum í að minnsta kosti tvær klukkustundir svo smjörið taki alveg í sig bragðið af kryddjurtunum.

45. Jurta grænmetisdressing

Afrakstur: 1 skammtur

ÍRÁN

½ tsk fersk steinselja

½ tsk Ferskt estragon

½ tsk Ferskur graslaukur

½ tsk Ferskur kirtill

3 matskeiðar Vínedik

9 matskeiðar ólífuolía

1 tsk Dijon sinnep

½ tsk Salt

½ tsk Svartur pipar

LEIÐBEININGAR:

Hakkaðu ferskar kryddjurtir, geymdu nokkur blöð til að nota sem skraut.

Setjið öll hráefni í litla blöndunarskál. Þeytið kröftuglega með vírþeytara þar til það er vel blandað.

Skreytið með ferskum laufum og berið fram strax.

46. Beikon-, tómat- og kryddjurtadýfa

Afrakstur: 1 skammtur

ÍRÁN

1 gámur; (16 oz.) sýrður rjómi

1 matskeið basil

1 msk Beau Monde krydd

1 meðalstór tómatur

8 sneiðar Beikon soðið og mulið

LEIÐBEININGAR:

Í meðalstórri skál, hrærið saman öllum hráefnum þar til það er vel blandað saman. Lokið og kælið í 2 klukkustundir eða yfir nótt.

47. Hvítlauksjurt smurt

Afrakstur: 8 skammtar

ÍRÁN

1 Höfuð hvítlaukur

4 sólþurrkaðir tómatar; ekki pakkað í olíu

1 bolli fitulaus jógúrt ostur

½ tsk hlynsíróp

2 matskeiðar fersk basil; hakkað

½ tsk Rauð piparflögur

¼ teskeið sjávarsalt; nýmalaður

Ítalskt brauð; sneið; valfrjálst

LEIÐBEININGAR:

Vefjið hvítlaukshausnum inn í álpappír og bakið í forhituðum 375F ofni í 35 mínútur.

Látið suðuna koma upp í sólþurrkuðu tómötunum í litlu vatni. Látið sitja í 15 mínútur og hellið síðan af á pappírshandklæði. Saxið smátt þegar það er þurrkað.

Blandið öllum hráefnunum nema brauðinu saman með vírþeytara. Látið standa í að minnsta kosti 30 mínútur.

48. Chevre með kryddjurtum

Afrakstur: 8 skammtar

ÍRÁN

4 aura Venjulegur rjómaostur

4 aura Chevre

Ferskar kryddjurtir - eftir smekk

LEIÐBEININGAR:

Ef þú ert að nota þínar eigin kryddjurtir eru rósmarín, estragon og sumarbragð gott val, eitt sér eða í samsetningu.

Notaðu áleggið til að troða snjó- eða sykurbaunum, dreift á gúrku- eða kúrbítskökur, sætar máltíðarkex, vatnskex eða örlítið ristaðar litlar beyglur.

nautakjöt

49. Classic Beef Jerky minn

Afrakstur: ¾ pund

Undirbúningstími: 15 mínútur, auk yfir nótt

Eldunartími: 5 til 8 klukkustundir

Hráefni

1½ pund magurt nautakjöt

2 bollar hvítt edik

Klassískt nautapæki

¼ bolli sojasósa

⅓ bolli Worcestershire sósa

1 msk grillsósa

½ tsk pipar

½ tsk salt

½ tsk laukur

½ tsk hvítlaukur

LEIÐBEININGAR

1. Skerið nautakjöt í ¼ tommu sneiðar.

2. Formeðhöndluðu nautakjötssneiðarnar í meðalstórri skál með hvíta edikinu í 10 mínútur. Tæmið og fargið hvíta edikinu.

3. Bætið tæmdu nautakjötssneiðunum og saltvatnsefninu í 1 lítra zip-top poka. Bætið við vatni ef þarf til að hylja kjötið alveg. Leggið í bleyti yfir nótt í kæli.

4. Daginn eftir, tæmdu saltvatnið, leggðu kjötið út þannig að bitarnir snertist ekki og þurrkaðu við 160°F í 5 til 8 klukkustundir þar til það er stökkt en teygjanlegt.

Teriyaki saltvatn: Fyrir asískt ívafi, notaðu þessi innihaldsefni fyrir saltvatnið: ⅔ bolli teriyaki sósa, 1 msk sojasósa, ½ bolli vatn eða ananassafi, ½ tsk laukduft, ½ tsk ferskur hvítlaukur, ½ tsk salt og ½ tsk pipar .

Kryddaður Cajun saltvatn: Ef þú vilt sterkan, prófaðu Cajun saltvatn: ½ bolli balsamik edik, ⅓ bolli Worcestershire sósa, ⅓ bolli vatn, 1 msk melass, 1 msk Cajun krydd, 1 tsk reykt paprika, ½ tsk salt, ½ tsk pipar og ¼ tsk cayenne duft.

50. Nautasteik Jerky

Afrakstur: ¾ pund

Undirbúningstími: 15 mínútur, auk yfir nótt

Eldunartími: 5 til 8 klukkustundir

Hráefni

1½ pund magurt nautakjöt

2 bollar hvítt edik

Nautasteik saltlegi

¼ bolli balsamik edik

⅓ bolli Worcestershire sósa

1 matskeið melass

1 msk steikkryddblanda (sjá uppskrift hér að neðan)

1 tsk ferskur hvítlaukur

1 tsk laukduft

LEIÐBEININGAR

1. Skerið nautakjöt í ¼ tommu sneiðar.

2. Formeðhöndluðu nautakjötssneiðarnar í meðalstórri skál með hvíta edikinu í 10 mínútur. Tæmið og fargið hvíta edikinu.

3. Bætið tæmdu nautakjötssneiðunum og saltvatnsefninu í 1 lítra zip-top poka. Bætið við vatni ef þarf til að hylja kjötið alveg. Leggið í bleyti yfir nótt í kæli.

4. Daginn eftir, tæmdu saltvatnið, leggðu kjötið út þannig að bitarnir snertist ekki og þurrkaðu við 160°F í 5 til 8 klukkustundir þar til það er stökkt en teygjanlegt.

SÚPA

51. Blómkálssúpa

Afrakstur: 6 bollar

Undirbúningstími: 40 mínútur

Eldunartími: 15 mínútur

Hráefni

2 bollar þurrkað blómkál

⅛ bolli þurrkaður laukur

⅛ bolli þurrkað sellerí

2 sneiðar þurrkaður hvítlaukur

2½ bollar vatn

⅛ bolli kínóa

4 bollar grænmetiskraftur

pipar, eftir smekk

salt, eftir smekk

krydd, eftir smekk

LEIÐBEININGAR

1. Setjið blómkál, lauk, sellerí og hvítlauk í stóra skál og setjið 2½ bolla af sjóðandi vatni yfir. Leggið í bleyti þar til grænmetið er næstum endurvatnað, um 30 mínútur. Tæmdu og fargaðu bleytivökvanum.

2. Bætið grænmetinu, kínóa, grænmetiskrafti, salti, pipar og kryddi eftir smekk í stórum potti. Eldið við meðalhita í 15 mínútur þar til blómkálið og kínóaið er mjúkt og fulleldað.

3. Takið af hitanum og hellið litlum skömmtum í blandara til að blanda saman. Verið varkár - það verður mjög heitt. Blandið þar til það er slétt, 45 til 60 sekúndur.

52. Aspas súpa

Afrakstur: 6 bollar

Undirbúningstími: 10 mínútur

Eldunartími: 20 mínútur

Hráefni

2 bollar þurrkaður aspas

1 bolli vatn

2 matskeiðar smjör eða extra virgin ólífuolía

½ tsk þurrkuð basilíka eða 10 fersk basilíkublöð, saxuð

4 bollar kjúklingasoð eða soð

salt og pipar, eftir smekk

LEIÐBEININGAR

1. Setjið aspas og vatn í pott og látið malla við meðalhita í 5 til 10 mínútur þar til aspasbitarnir eru búnir. Tæmdu og geymdu aspasvökva.

2. Bætið aspas, smjöri og basilíku í pott við meðalhita þar til smjörið er bráðið, um það bil 1 mínútu.

3. Bætið kjúklingakraftinum og aspasvatninu í pottinn og hitið upp í háan hita þar til blandan kemur að suðu. Lækkið hitann og látið malla í 10 mínútur. Takið af hitanum og kælið í um 5 mínútur.

4. Í litlum skömmtum, hellið heitu súpunni í blandara og maukið að æskilegri áferð. Eftir að hafa maukað skaltu flytja litla skammta í stóra skál til að halda þeim aðskildum. Mér finnst gott að hafa nokkra blandara með stærri bitum, svo súpan hafi áferð.

5. Setjið blönduna aftur í pottinn og bætið við salti og pipar eftir smekk.

53. Thermos grænmetissúpa

Afrakstur: 2 bollar

Undirbúningstími: 5 mínútur

Eldunartími: 4 klst

Hráefni

⅓ bolli þurrkað grænmeti

¼ tsk þurrkuð steinselja

¼ teskeið þurrkuð sæt basil

klípa hvítlauksduft

klípa laukduft

salt og pipar, eftir smekk

1 msk spaghetti, brotið í litla bita

2 bollar sjóðandi kjúklinga- eða nautakraftur

LEIÐBEININGAR

1. Fylltu tóman hitabrúsa með sjóðandi vatni. Rétt áður en þú pakkar hráefninu í Thermosinn skaltu hella út heita vatninu.

2. Bætið þurrkuðu grænmetinu, steinselju, basilíku, hvítlauksdufti, laukdufti, salti, pipar og pasta í Thermosinn.

3. Látið suðuna koma upp í kjúklinga- eða nautakrafti og hellið þurrefnum yfir. Hyljið hitamosinn fljótt og lokaðu á öruggan hátt. Ef mögulegt er, hristið eða snúið hitabrúsanum við á klukkutíma fresti þar til hann er tilbúinn til að borða.

AFVITTAÐAR FLÓNAR

54. Sætar kartöfluflögur

Afrakstur: 6 bollar

Undirbúningstími: 15 mínútur

Eldunartími: 4 til 8 klukkustundir

Hráefni

4 stórar sætar kartöflur

LEIÐBEININGAR

1. Afhýðið kartöflur eða láttu hýðið vera á til að auka næringarávinninginn.

2. Notaðu mandólín, sneið hverja kartöflu í $\frac{1}{8}$ tommu þykka hringi.

3. Bætið hringunum í stóran pott af sjóðandi vatni og eldið þar til þær eru aðeins mjúkar, um það bil 10 mínútur. Tæmdu og fargaðu vökvanum. Ekki ofelda; þau ættu að halda lögun sinni þegar þau eru meðhöndluð.

4. Leggðu blautar sætar kartöflur á þurrkara bakka. Þeir ættu ekki að snerta.

5. Stráið salti og kryddi á spænuhringi (valfrjálst).

6. Þurrkaðu við 125°F í 4 til 8 klukkustundir þar til flögurnar eru stökkar og miðjurnar tilbúnar.

55. Grænkálsflögur

Afrakstur: 2 bollar

Undirbúningstími: 5 mínútur

Eldunartími: 4 til 6 klukkustundir

Hráefni

1 búnt grænkál, stilkar fjarlægðir

1 msk ólífuolía eða eplasafi edik

krydd, að vild

LEIÐBEININGAR

1. Skerið grænkálsblöðin í 2 til 3 tommu ræmur.

2. Penslið grænkálið létt með ólífuolíu eða notið eplaedik sem fitusnauðan valkost við olíu. Þetta gefur kryddinu eitthvað til að halda sig við.

3. Stráið grænkálinu yfir að eigin vali kryddi.

4. Settu kryddaða grænkálið á þurrkunarbakka og þurrkið við 125°F í 4 til 6 klukkustundir þar til það er stökkt.

56. Kúrbítsflögur

Afrakstur: 5 bollar

Undirbúningstími: 15 mínútur

Eldunartími: 10 til 12 klukkustundir

Hráefni

4 meðalstór kúrbítsskvass

¼ bolli eplaedik

salt, eftir smekk

pipar, eftir smekk

chiliduft, eftir smekk

LEIÐBEININGAR

1. Skerið kúrbítinn í ¼ tommu þykkar sneiðar. Best er að halda þykktinni sömu fyrir jafna þurrkun. Gerðu tilraunir með að nota krukkuskorið sneiðblað sem gerir hryggja í flögum; hryggirnir hafa tilhneigingu til að gefa kryddi meira svæði til að grípa í.

2. Bætið eplaediki, salti, pipar og chilidufti í breiðbotna, óvirka skál. Hrærið þar til það hefur blandast inn.

3. Bætið handfylli af hráflögum í skálina og blandið þar til þær eru bara húðaðar með ediki og kryddblöndunni. Skiljið alla bita sem festast saman og passið að allar kúrbítsneiðarnar séu húðaðar með kryddinu.

4. Raðið flögum á þurrkara bökkum. Þeir geta snert en ættu ekki að skarast.

5. Þurrkaðu við 135°F í 10 til 12 klukkustundir. Ef þú ert með botnhitaþurrkara gætirðu þurft að endurraða bökkunum hálfa þurrkunarferilinn. Eftir 5 klukkustundir skaltu færa efstu bakkana niður á botninn þannig að flögurnar verði jafnþurrkaðar.

57. Vatnslaus ísskápapúrur

Afrakstur: 1 pint

Undirbúningstími: 5 mínútur

Eldunartími: Að minnsta kosti 24 tíma biðtími

Hráefni

1 bolli edik

1 bolli vatn

1½ matskeiðar súrsunarsalt eða kosher salt

1 hvítlauksgeiri, saxaður

¼ tsk dillfræ

⅛ teskeið rauðar piparflögur

1½ bollar þurrkaðar agúrkusneiðar eða spjót

LEIÐBEININGAR

1. Til að undirbúa saltvatnið skaltu sameina edik, vatn og salt í litlum potti við háan hita. Látið suðuna koma upp, fjarlægið síðan strax og látið kólna.

2. Bætið hvítlauknum, dillfræinu, rauðum piparflögum og þurrkuðum gúrkusneiðum í niðursuðukrukku á stærð við lítra.

3. Hellið kældu saltvatninu yfir gúrkurnar og fyllið krukkuna í innan við ½ tommu frá toppnum. Þú gætir ekki notað allt saltvatnið.

4. Geymið í kæli í að minnsta kosti sólarhring áður en þú borðar. Gúrkurnar verða bústnar og verða á töfrandi hátt að súrum gúrkum á einni nóttu.

58. Prosciutto franskar

Hráefni

12 (1 eyri) sneiðar prosciutto

Olía

LEIÐBEININGAR:

Forhitið ofninn í 350°F.

Klæðið bökunarplötu með bökunarpappír og leggið prosciutto sneiðar út í einu lagi. Bakið í 12 mínútur eða þar til prosciutto er stökkt.

Látið kólna alveg áður en það er borðað.

59. Rófaflögur

ÍRÁN

10 meðal rauðrófur

1/2 bolli avókadóolía

2 tsk sjávarsalt

1/2 tsk kornaður hvítlaukur

LEIÐBEININGAR:

Forhitið ofninn í 350°F. Klæðið nokkrar bökunarplötur með bökunarpappír og setjið til hliðar.

Afhýðið rauðrófur með grænmetisskera og skerið endana af. Skerið rauðrófur varlega í hringi, um 3 mm á þykkt, með mandólínskera eða beittum hníf.

Setjið sneiðar rófur í stóra skál og bætið við olíu, salti og kornuðum hvítlauk. Kasta til að húða hverja sneið. Setjið til hliðar 20 mínútur, leyfið salti að draga út umfram raka.

Tæmið umfram vökva og raðið sneiðum rófum í eitt lag á tilbúnar bökunarplötur. Bakið í 45 mínútur eða þar til það er stökkt.

Takið úr ofninum og látið kólna. Geymið í loftþéttu íláti þar til það er tilbúið til að borða, allt að 1 viku.

60. Byggflögur

ÍRÁN

1 bolli alhliða hveiti

½ bolli bygghveiti

½ bolli valsað bygg (bygg

Flögur)

2 matskeiðar Sykur

¼ tsk Salt

8 matskeiðar (1 stafur) smjör eða

Smjörlíki, mýkt

½ bolli Mjólk

LEIÐBEININGAR:

Hrærið saman hveiti, byggi, sykri og salti í stórri skál eða í matvinnsluvél.

Skerið smjörið út í þar til blandan líkist grófu mjöli. Bætið nógu miklu af mjólkinni saman við til að mynda deig sem heldur saman í samloðandi kúlu.

Skiptið deiginu í 2 jafna hluta til að rúlla. Á hveitistráðu yfirborði eða sætabrauðsdúk skaltu rúlla út í ⅛ til ¼ tommu. Skerið í 2 tommu hringi eða ferninga og setjið á létt smurða eða bökunarpappírsklædda ofnplötu. Stungið hverja kex á 2 eða 3 staði með tönnum úr gaffli.

Bakið í 20 til 25 mínútur, eða þar til meðalbrúnt. Kælið á vírgrind.

61. Cheddar mexi-melt hrökk

ÍRÁN

1 bolli rifinn skarpur Cheddar ostur

1/8 tsk kornaður hvítlaukur

1/8 tsk chiliduft

1/8 teskeið malað kúmen

1/16 tsk cayenne pipar

1 matskeið smátt saxað kóríander

1 tsk ólífuolía

LEIÐBEININGAR:

Forhitið ofninn í 350°F. Útbúið kökupappír með smjörpappír eða Silpat mottu.

Blandið öllu hráefninu saman í miðlungs skál þar til það hefur blandast vel saman.

Slepptu matskeiðarstórum skömmtum á tilbúið kökuform.

Eldið 5-7 mínútur þar til brúnirnar byrja að brúnast.

Látið kólna í 2-3 mínútur áður en það er tekið af kökuplötunni með spaða.

62. Pepperoni franskar

ÍRÁN

24 sneiðar sykurlaus pepperoni

Olía

LEIÐBEININGAR:

Forhitið ofninn í 425°F.

Klæðið bökunarplötu með bökunarpappír og leggið pepperoni sneiðar í einu lagi.

Bakið í 10 mínútur og takið síðan úr ofninum og notaðu pappírshandklæði til að þurrka burt umfram fitu. Settu aftur í ofninn í 5 mínútur í viðbót eða þar til pepperoni er stökkt.

63. Engilsnökkur

ÍRÁN

½ bolli Sykur

½ bolli Púðursykur

1 bolli stytting

1 egg

1 tsk Vanilla

1 tsk tartarkrem

2 bollar hveiti

½ tsk Salt

1 tsk matarsódi

LEIÐBEININGAR:

Rjómasykur, púðursykur og stytting. Bætið vanillu og eggi út í. Blandið þar til það er loftkennt. Bætið þurrefnunum við; blanda.

Rúllið teskeiðar í kúlur. Dýfið í vatn og síðan í kornsykur. Leggið á kökupappír með sykurhliðinni upp og fletjið síðan út með glasi.

Bakið við 350 gráður í 10 mínútur.

64. Kjúklingaskinn hrökk satay

ÍRÁN

Húð af 3 stórum kjúklingalærum

2 matskeiðar, án sykurs, þykkt hnetusmjör

1 msk ósykrað kókosrjómi

1 tsk kókosolía

1 tsk fræhreinsaður og saxaður jalapeño pipar

1/4 hvítlauksgeiri, saxaður

1 tsk kókos amínó

LEIÐBEININGAR:

Forhitið ofninn í 350°F. Leggið skinnið eins flatt og hægt er á kökupappírsklædda smjörpappír.

Bakið í 12-15 mínútur þar til skinnið er orðið ljósbrúnt og stökkt, passið að brenna það ekki.

Fjarlægðu skinnið af kökuplötunni og settu á pappírshandklæði til að kólna.

Í lítilli matvinnsluvél skaltu bæta við hnetusmjöri, kókosrjóma, kókosolíu, jalapeño, hvítlauk og kókoshnetuamínóum. Blandið þar til það er vel blandað, um 30 sekúndur.

Skerið hvert stökkt kjúklingahýði í 2 bita.

Setjið 1 msk hnetusósu á hverja kjúklingakjöt og berið fram strax. Ef sósan er of rennandi skal geyma hana í kæli 2 klukkustundum fyrir notkun.

65. Kjúklingaskinn með avókadó

ÍRÁN

Húð af 3 stórum kjúklingalærum

¼ meðalstórt avókadó, afhýtt og grýtt

3 msk fullfeiti sýrður rjómi

½ meðalstór jalapeño pipar, fræhreinsaður og smátt saxaður

½ tsk sjávarsalt

LEIÐBEININGAR:

Forhitið ofninn í 350°F. Leggðu skinn eins flatt og mögulegt er á kökupappírsklædda smjörpappír.

Bakið í 12-15 mínútur þar til skinnið er orðið ljósbrúnt og stökkt, passið að brenna það ekki.

Fjarlægðu skinnið af kökuplötunni og settu á pappírshandklæði til að kólna.

Blandaðu saman avókadó, sýrðum rjóma, jalapeño og salti í lítilli skál.

Blandið með gaffli þar til það hefur blandast vel saman.

Skerið hvert stökkt kjúklingahýði í 2 bita.

Setjið 1 msk avókadóblöndu á hverja kjúklingakjöt og berið fram strax.

66. Parmesan grænmetishrökk

ÍRÁN

³/4 bolli rifinn kúrbít

¹/4 bolli rifnar gulrætur

2 bollar nýrifinn parmesanostur

1 matskeið ólífuolía

¹/4 tsk svartur pipar

LEIÐBEININGAR:

Forhitið ofninn í 375°F. Útbúið kökupappír með smjörpappír eða Silpat mottu.

Vefjið rifið grænmeti inn í pappírshandklæði og vindið úr umfram raka.

Blandið öllu hráefninu saman í miðlungs skál þar til það hefur blandast vel saman.

Settu matskeiðsstóra hauga á tilbúna kökuplötu.

Bakið í 7-10 mínútur þar til þær eru ljósbrúnar.

Látið kólna í 2-3 mínútur og takið af kökuplötunni.

67. Graskerbaka kókoshnetukökur

ÍRÁN

2 matskeiðar kókosolía

1/2 tsk vanilluþykkni

1/2 tsk graskersbökukrydd

1 matskeið kornótt erýtrítól

2 bollar ósykraðar kókosflögur

1/8 tsk salt

LEIÐBEININGAR:

Forhitið ofninn í 350°F.

Setjið kókosolíu í miðlungs örbylgjuþolna skál og hitið í örbylgjuofn þar til bráðið, um 20 sekúndur. Bætið vanilluþykkni, graskersbökukryddi og kornuðu erýtrítóli við kókosolíu og hrærið þar til það hefur blandast saman.

Setjið kókosflögur í meðalstóra skál, hellið kókosolíublöndu yfir þær og blandið til að hjúpa. Dreifið út í einu lagi á kökuplötu og stráið salti yfir.

Bakið í 5 mínútur eða þar til kókos er stökkt.

68. Kjúklingaskinn hrökk Alfredo

ÍRÁN

Húð af 3 stórum kjúklingalærum
2 matskeiðar ricotta ostur
2 matskeiðar rjómaostur
1 msk rifinn parmesanostur
¼ hvítlauksgeiri, saxaður
¼ teskeið malaður hvítur pipar

LEIÐBEININGAR:

Forhitið ofninn í 350°F. Leggið skinnið eins flatt og hægt er á kökupappírsklædda smjörpappír.

Bakið í 12-15 mínútur þar til skinnið er orðið ljósbrúnt og stökkt, passið að brenna það ekki.

Fjarlægðu skinnið af kökuplötunni og settu á pappírshandklæði til að kólna.

Bætið ostum, hvítlauk og pipar í litla skál. Blandið með gaffli þar til það hefur blandast vel saman.

Skerið hvert stökkt kjúklingahýði í 2 bita.

Setjið 1 matskeið ostablöndu á hverja kjúklingakjöt og berið fram strax.

GRÆNTÆMI

69. Sætar kartöflur kókosmjöl pönnukökur

Afrakstur: 6 meðalstórar pönnukökur

Undirbúningstími: 5 mínútur

Eldunartími: 2 til 4 mínútur

Hráefni

5 egg

¼ bolli mjólk

½ tsk vanilluþykkni

½ bolli ósykrað eplamósa

¼ bolli kókosmjöl

¼ bolli sætkartöflumjöl

1 matskeið kornsykur eða hunang

¼ tsk lyftiduft

malaður kanill, eftir smekk

¼ teskeið salt

LEIÐBEININGAR

1. Hitið pönnu eða stóra pönnu yfir meðalhita.

2. Þeytið egg, mjólk, vanillu og eplamauk í stóra skál þar til blandast saman.

3. Þeytið í meðalstórri skál kókosmjöl, sætkartöflumjöl, sykur eða hunang, lyftiduft, kanil og salt þar til það er vel blandað saman.

4. Bætið þurrefnum við blautt hráefni. Hrærið með gaffli þar til innihaldsefnin hafa blandast vel saman og engir kekkir eru eftir.

5. Slepptu deiginu með sleifinni, um það bil $\frac{1}{4}$ bolli í einu, á heita pönnu. Eldið 2 til 4 mínútur á hlið þar til litlar loftbólur byrja að myndast ofan á, snúið síðan við.

6. Berið fram heitt með uppáhalds pönnukökuálegginu þínu.

70. Slow Cooker Fylltar hvítkálsrúllur

Afrakstur: 8 til 12 rúllur

Undirbúningstími: 20 mínútur

Eldunartími: 8 til 10 klukkustundir

Hráefni

8 til 12 þurrkuð kálblöð

¼ bolli þurrkaður hægeldaður laukur

⅔ bolli tómatduft

1 matskeið púðursykur (valfrjálst)

1 tsk Worcestershire sósa (valfrjálst)

1 bolli soðin hvít hrísgrjón

1 egg, þeytt

1 pund extra magurt nautahakk

1 tsk salt, auk meira eftir smekk

1 tsk pipar, auk meira eftir smekk

LEIÐBEININGAR

1. Látið suðu koma upp í stórum potti af vatni. Bætið þurrkuðum kálblöðum út í og látið sjóða í 2 til 3 mínútur þar til það er mjúkt. Tæmið og setjið til hliðar.

2. Í lítilli skál skaltu hylja hægeldaðan lauk með heitu vatni til að endurvökva, um það bil 15 mínútur.

3. Til að búa til tómatsósu skaltu setja tómatduftið í meðalstóra skál. Hellið 2 bollum af sjóðandi vatni hægt út í og þeytið vel til að minnka bita. Þeytið púðursykur og Worcestershire sósu út í, ef þú notar. Setja til hliðar.

4. Blandið saman soðnum hrísgrjónum, eggi, nautahakk, lauk, 2 msk tómatsósu, salti og pipar í stóra skál. Hrærið með skeið, eða grafið í og myljið með hreinum höndum.

5. Setjið um $\frac{1}{4}$ bolla af blöndunni í hvert kálblað, rúllið upp og stingið endunum inn í. Settu rúllurnar í hægan eldavél.

6. Hellið afganginum af tómatsósunni yfir kálrúllur. Lokið og eldið á lágmarki 8 til 10 klukkustundir.

71. Steikt vetrarskvass með eplum

Afrakstur: 2 bollar

Undirbúningstími: 1 klst

Eldunartími: 10 mínútur

Hráefni

1 bolli þurrkaðir vetrarsquash teningur

½ bolli þurrkaður laukur

½ bolli þurrkað epli

2 matskeiðar smjör

½ tsk sellerísalt

½ tsk hvítlauksduft

½ tsk timjan

salt, eftir smekk

pipar, eftir smekk

LEIÐBEININGAR

1. Setjið útvatnaða leiðsögn og lauk í stóra skál og hyljið með 2 bollum af volgu vatni. Leggið í bleyti í 1 klst. Tæmið allt sem eftir er af vatni.

2. Vökvaðu eplið með því að setja það í sérstaka skál og hylja það með köldu vatni í 1 klukkustund.

3. Bræðið smjörið í stórum potti við meðalhita.

4. Bætið leiðsögninni, lauknum og sellerísaltinu í pottinn og hrærið af og til þar til leiðin byrjar að brúnast, um það bil 5 mínútur.

5. Bætið hvítlauksduftinu og eplið út í, eldið þar til eplin eru mjúk, um það bil 2 mínútur.

6. Bætið við timjan, salti og pipar eftir smekk.

72. Vötnuð vetrarskvasshreiður

Afrakstur: 10 til 15 skvasshreiður

Undirbúningstími: 30 mínútur

Eldunartími: 4 til 6 klukkustundir

Hráefni

1 stór vetrarskerpa, afhýdd og fræhreinsuð

LEIÐBEININGAR

1. Ef þú notar spiralizer, skerðu þá leiðsögnina í meðfærilega bita og rífðu þá í langa þræði. Ef þú átt ekki spíralizer skaltu draga grænmetisskrjálsara niður yfir leiðsögnina, búa til þunnar, breiðar, núðlulíkar sneiðar, eða nota Julienne skrælara til að fá spaghetti-líka þræði.

2. Ekki munu allir stykkin spírast í einum langa hluta, svo aðskiljið hlutana sem gera það með því að fjarlægja þá úr haugnum.

3. Bættu löngu þráðunum í þurrkara bakka og raðaðu þeim í hreiður með því að hrúga hverjum bita ofan á sig. Bætið smærri bitunum í þurrkara bakka í litlum handfylli til að mynda hreiður, 5 eða 6 hrúgur á bakka.

4. Þurrkaðu við 140°F í 2 klukkustundir, lækkaðu hitann í 130°F og þurrkaðu í 2 til 4 klukkustundir til viðbótar þar til bitarnir eru stökkir.

73. Hvítlaukskreóla kryddað Squash hreiður

Afrakstur: 10 hreiður

Undirbúningstími: 35 mínútur

Eldunartími: 5 mínútur

Hráefni

10 útvötnuð vetrarskvasshreiður (bls. 117), eða 2 bollar þurrkuð leiðsögn

⅓ bolli alhliða hveiti

2 hvítlauksgeirar, saxaðir

2 stór egg, þeytt

1 msk Creole kryddblanda

2 matskeiðar ólífuolía

10 tsk cheddar ostur

LEIÐBEININGAR

1. Endurvökvaðu hreiðrin að hluta með því að liggja í bleyti í heitu vatni í 30 mínútur. Tæmdu og fargaðu bleytivökvanum.

2. Blandið saman hveiti, hvítlauk, eggjum og kreólakryddi í stóra skál. Dýfðu kartöfluhreiðrinum í eggjablönduna, passið að brjóta ekki hreiðrin í sundur.

3. Hitið ólífuolíu á stórri pönnu yfir meðalháum hita.

4. Taktu út 1 hreiður fyrir hvern skammt. Setjið í pönnu og fletjið leiðsögnina út með spaða, eldið síðan þar til undirhliðin er gullinbrún, um það bil 2 mínútur.

5. Snúið við og eldið á hinni hliðinni, um 2 mínútum lengur.

6. Toppið hvert hreiður með 1 tsk af cheddarosti og berið fram strax.

74. Fajita baunir og hrísgrjón

Afrakstur: 1 lítra krukku þurr; 6 bollar eldaðir

Undirbúningstími: 35 mínútur

Eldunartími: 20 til 25 mínútur

Hráefni

1 bolli hrísgrjón

2 bollar Quick Cook baunir

¼ bolli þurrkuð sæt paprika

¼ bolli þurrkaður laukur

¼ bolli þurrkuð gulrót

¼ bolli tómatduft

¼ tsk þurrkaður hvítlaukur

1 tsk chili duft

½ tsk salt

½ tsk paprika

½ tsk púðursykur

¼ tsk svartur pipar

¼ tsk oregano

¼ tsk kúmen

$\frac{1}{8}$ teskeið cayenne pipar

LEIÐBEININGAR

1. Setjið allt hráefnið í 1-pint krukku með breiðum munni eða Mylar-poka. Bætið við 100cc súrefnisgleypi og þéttið þétt. Geymist í allt að 5 ár.

2. Til að bera fram skaltu fjarlægja súrefnispakkann og tæma innihald krukkunnar í stóra pönnu. Lokið með 6 bollum af vatni og látið suðuna koma upp við háan hita. Lækkið hitann í miðlungs, lokið á og látið malla í 15 til 20 mínútur, hrærið af og til þar til baunirnar eru tilbúnar.

3. Skreytið með rifnum osti, eftir smekk.

75. Hrísað blómkál pizzaskorpa

Afrakstur: 2 (8 tommu) skorpur

Undirbúningstími: 40 mínútur

Eldunartími: 15 til 20 mínútur

Hráefni

1 bolli þurrkað blómkál

4 bollar vatn

2 egg

2 bollar rifinn parmesanostur

LEIÐBEININGAR:

1. Forhitið ofninn í 400°F.

2. Setjið blómkál í stóra skál, hyljið með 4 bollum af heitu vatni og látið liggja í bleyti í 20 mínútur. Tæmdu og fargaðu bleytivökvanum.

3. Saxið endurvatnað blómkál í höndunum, eða með matvinnsluvél, þar til bitarnir eru litlir og einsleitir að stærð.

4. Eldið hrísgrjónað blómkál á pönnu við meðalhita. Hrærið þar til blómkálið er þurrt og rakinn er fjarlægður.

5. Setjið blómkálið til hliðar og leyfið því að kólna. Það gæti kólnað hraðar ef það er tekið af pönnunni.

6. Peytið eggin í sérstakri skál. Blandið parmesanosti út í.

7. Bætið köldum blómkáli í skálina og hrærið þar til það er alveg blandað.

8. Vinnið á smjörpappír, skiptið blöndunni í 2 jafna hluta. Vinnið hvert stykki í 8 tommu hring, um $\frac{1}{4}$ tommu þykkt. Haltu meira af blöndunni á köntunum svo hringirnir eldist jafnt og brúnirnar brenni ekki.

9. Renndu smjörpappírnum á bökunarplötu og eldaðu við 400°F þar til hringirnir eru brúnir og stífir, um það bil 15 til 20 mínútur.

76. Hash Brown Blanda í krukku

Þurrkaðu innihaldsefnin sérstaklega og blandaðu saman. Þessi uppskrift gerir 1 krukku, með 2 máltíðum.

Afrakstur: 1 lítra krukku þurr; 2 bollar eldaðir

Undirbúningstími: 10 til 15 mínútur

Eldunartími: 10 til 15 mínútur

Hráefni

2 bollar þurrkaðir kartöflurif

½ bolli þurrkaður laukur

½ bolli þurrkaður sætur pipar

¼ bolli þurrkaður hakkaður hvítlaukur

1 tsk jurtaolía

LEIÐBEININGAR:

1. Blandið saman kartöflurifunum, þurrkuðum lauk, þurrkuðum pipar og þurrkuðum hvítlauk í stórri skál. Settu í niðursuðukrukku eða Mylar poka. Bætið við 100cc súrefnisgleypi og þéttið þétt. Geymist í allt að 5 ár.

2. Til að undirbúa, tæmdu 1 bolla af innihaldi krukkunnar í skál og hyldu með sjóðandi vatni í 10 til 15 mínútur þar til það er bústlegt. Sigtið og kreistið til að fjarlægja umfram vatn.

3. Hitið olíu á pönnu yfir meðalhita.

4. Bætið kartöflublöndunni við pönnuna, þrýstið varlega niður í þunnt, jafnt lag þegar hún eldast.

5. Eldið þar til það er mjög stökkt og brúnt á hvorri hlið í um það bil 3 mínútur.

77. Fljótleg brún hrísgrjón

Afrakstur: 2 bollar þurrkuð hrísgrjón;

Hráefni

3½ bollar soðin hrísgrjón

Undirbúningstími: 5 til 7 klst

Eldunartími: 17 mínútur

LEIÐBEININGAR:

1. Eldið 2 bolla af venjulegum hýðishrísgrjónum samkvæmt pakkaleiðbeiningum; vertu viss um að allur vökvi frásogist.

2. Hyljið þurrkara bakkana með smjörpappír eða Paraflexx-fóðri og dreifið soðnu hrísgrjónunum í einu lagi. Þurrkaðu við 125°F í 5 til 7 klukkustundir. Á miðjum þurrkferlinu skaltu brjóta upp öll hrísgrjón sem eru föst saman og snúa bökkum. Þegar þau eru alveg þurr ættu hrísgrjónin að smella þegar þau eru látin falla á borðplötu.

3. Til að endurvökva skaltu mæla 1 bolla af þurrkuðum hrísgrjónum, setja í pott og hylja með ¾ bolla af vatni. Leggið í bleyti í 5 mínútur til að hefja endurvökvun, látið suðuna koma upp og sjóðið í 2 mínútur. Takið af hitanum, hyljið og látið standa í 10 mínútur. Húð með gaffli.

78. Quick Cook baunir

Afrakstur: 3 bollar

Undirbúningstími: 10 mínútur auk 8 klukkustunda

Eldunartími: 8 til 10 klukkustundir

Hráefni

4 bollar þurrar baunir

LEIÐBEININGAR:

1. Leggið þurrkaðar baunir í bleyti yfir nótt. Fargaðu vatni.

2. Eftir að minnsta kosti 8 klukkustundir í bleyti, bætið baununum í stóran pott, hyljið með vatni og látið suðuna koma upp. Lækkið hitann og látið malla í 10 mínútur. Tæmdu.

3. Dreifið hálfsoðnu baununum í einu lagi á þurrkunarbakka og vinnið á milli 95°F og 100°F í 8 til 10 klukkustundir. Þeir verða harðir þegar þeir þorna.

4. Geymið í niðursuðukrukkur með 100cc súrefnisgleypum eða fjarlægið súrefni með FoodSaver viðhengi. Geymsluþolið er 5 ár.

Til að endurvökva: Leggið 1 bolla þurrkaðar baunir og 2 bolla af vatni í bleyti í potti í 5 mínútur. Látið suðuna koma upp í 10 mínútur. Ekki hylja.

79. Bakaðar baunir frá frú B

Afrakstur: 3 bollar

Undirbúningstími: 15 mínútur

Eldunartími: 10 mínútur

Hráefni

1 bolli Quick Cook baunir (bls. 123)

2 bollar vatn

¼ bolli þurrkaður saxaður laukur

2 tsk sinnep

⅛ bolli pakkaður púðursykur, eða eftir smekk

1 tsk Worcestershire sósa

LEIÐBEININGAR:

1. Vökvaðu Quick Cook baunirnar með því að bleyta baunirnar með 2 bollum af vatni í potti í 5 mínútur. Látið suðuna koma upp í 10 mínútur. Ekki hylja.

2. Bætið restinni af hráefnunum við. Hrærið þar til púðursykurinn er uppleystur.

3. Lækkið hitann í miðlungs og látið malla í 5 mínútur til viðbótar þar til baunir eru orðnar mjúkar og sósa myndast. Bætið við viðbótar vatni í 1 tsk þrepum, ef þörf krefur.

80. Mexíkóskt Fiesta bakað

Afrakstur: 1 (2½-quart) ofnform

Undirbúningstími: 45 mínútur

Eldunartími: 15 mínútur

Hráefni

1 bolli þurrkaðir tómatar

1 bolli fersk eða þurrkuð kóríanderlauf

½ bolli þurrkaður, niðurskorinn grænn pipar

½ bolli þurrkaðir maískornir

¼ bolli tómatduft

2 ferskar jalapeño paprikur

2 bollar nautahakk

1 tsk hvítlaukur

1 lime, safi

6 maístortillur, skornar í 1 tommu ferninga

1 bolli cheddar ostur

LEIÐBEININGAR

1. Forhitið ofninn í 350°F.

2. Settu þurrkuðu tómatana í litla skál og hyldu með 2 bollum af köldu vatni í 30 mínútur, eða þar til þeir eru búnir og mjúkir. Tæmið og skerið í hæfilega stóra bita.

3. Setjið kóríanderlaufin, hægeldaðan grænan pipar og maís í litla skál og bætið við nógu köldu vatni til að það hylji. Látið liggja í bleyti í 10 til 15 mínútur eða þar til paprikurnar eru búnar. Tæmdu.

4. Til að búa til tómatsósu skaltu bæta 12 aura af heitu vatni hægt við $\frac{1}{4}$ bolla tómatduft. Blandið þar til slétt. Setja til hliðar.

5. Hreinsið, fræhreinsið og skerið í teninga 2 ferskar jalapeño paprikur.

6. Eldið nautahakkið á stórri pönnu þar til það er alveg brúnt.

7. Bætið tómatsósunni, hvítlauknum, límónusafanum, tómötunum, kóríander, grænum pipar, maís, tortillum og jalapeño við nautahakkið. Hrærið og hitið í gegn.

8. Færið yfir í $2\frac{1}{2}$ lítra bökunarform og toppið með osti.

9. Bakið í 15 mínútur þar til osturinn er freyðandi.

DRYKKUR

81. Rose Hip myntu te

Afrakstur: 1 bolli

Undirbúningstími: 0 mínútur

Bratttími: 10 til 15 mínútur

Hráefni

1 tsk þurrkaðar rósamjaðmir

1 tsk þurrkuð spearmint eða piparmynta

1 bolli vatn

LEIÐBEININGAR:

1. Bætið myntu og rósamjöðmum í franska pressu eða tepott og hellið 1 bolla af heitu vatni út í. Sumir teframleiðendur mala rósamjaðmirnar áður en þær eru notaðar, en það er í raun ekki nauðsynlegt.

2. Lokið og látið malla í 10 til 15 mínútur. Því lengur sem þú steikir, því dýpri verður bragðið og liturinn.

82. Appelsínu myntu te blanda

Afrakstur: 1 bolli

Undirbúningstími: 5 mínútur, auk hvíldartíma

Bratttími: 10 mínútur

Hráefni

2 matskeiðar þurrkuð, söxuð mynta

2 matskeiðar þurrkaðar appelsínur

3 eða 4 heilir negull (valfrjálst)

LEIÐBEININGAR:

1. Mælið þurrefnin í kaffikvörn eða mortéli og staup og vinnið þar til þau hafa blandast í einsleita bita. Setjið í krukku með þéttu loki og leyfið bragðinu að þróast í nokkra daga.

2. Bætið 1 teskeið af appelsínumyntu teblöndu í tekúluinnrennsli, tepott eða franska pressu. Lokið og látið malla í 10 mínútur. Þetta gerir líka hressandi íste.

83. Lemon Verbena sólte

Afrakstur: 1 lítri

Undirbúningstími: 0 mínútur

Brattur tími: nokkrar klukkustundir

Hráefni

1 handfylli þurrkuð sítrónu verbena lauf

1 lítri vatn

LEIÐBEININGAR:

1. Myljið handfylli af þurrkuðum laufum og bætið þeim í stóra glerkrukku.

2. Hyljið blöðin með 1 lítra af vatni og látið krukkuna standa úti í sólinni í nokkrar klukkustundir.

3. Sigtið blöðin og bætið við ís til að njóta hressandi drykkjar.

84. Límónaði með þurrkuðum sítrus

Afrakstur: 5 lítrar

Undirbúningstími: 0 mínútur

Eldunartími: 3 klst hvíldartími

Hráefni

1 bolli sykur

5 lítrar vatn

15 stykki þurrkaðir sítrushringir

LEIÐBEININGAR:

1. Bætið sykrinum út í 5 lítra af vatni og hrærið þar til hann er uppleystur.

2. Bætið sítrusbitum út í og hrærið.

3. Bætið við ís til að halda börkunum á kafi. Látið standa í að minnsta kosti 3 klst.

4. Hrærið og hellið í glös með nokkrum af endurvöktuðu sítrushringjunum sem skraut.

EFTIRLITUR

85. Apple Crisp með hafraráleggi

Afrakstur: 1 (8 × 8 tommu) glerpönnu

Undirbúningstími: 35 mínútur

Eldunartími: 30 mínútur

Hráefni

3 bollar þurrkaðar eplasneiðar

¾ bolli sykur, skipt

2 matskeiðar maíssterkju

½ bolli hveiti

½ bolli hafrar

klípa salt

⅛ teskeið malaður kanill, auk meira, eftir smekk

½ stafur kalt smjör

LEIÐBEININGAR

1. Forhitið ofninn í 375°F. Útbúið 8 × 8 tommu glerpönnu með eldunarúða.

2. Setjið eplasneiðarnar í skál og bætið við nógu heitu vatni til að það hylji. Látið standa í 30 mínútur. Tæmdu og geymdu vökvann.

3. Kastaðu endurvöktuðu eplunum með ½ bolli af sykri og kanil, eftir smekk.

4. Blandið maíssterkju og 2 msk af köldu vatni í mælibolla þar til það er alveg innlimað og engir kekkir eru eftir.

5. Setjið eplin og geymdan vökva í meðalstóran pott og látið malla í 5 mínútur. Bætið maíssterkjulausninni út í og hitið þar til blandan þykknar. Ef eplin virðast of þurr, bætið þá við meiri vökva, 1 matskeið í einu, þar til þú nærð þeirri samkvæmni sem þú vilt.

6. Setjið eplin með skeið á tilbúna pönnuna, þrýstið niður, þannig að eplin séu þakin sósunni.

7. Til að búa til áleggið, bætið hveiti, höfrum, afganginum af sykri, salti og ⅛ teskeið af kanil í litla skál. Notaðu sætabrauðsblöndunartæki eða matvinnsluvél og skerið kalt smjörið í þurrefnin þar til blandan líkist grófum mola.

8. Hellið álegginu yfir eplafyllinguna og dreifið jafnt yfir þar til það nær öllum hornum. Bakið í 30 mínútur þar til áleggið er gullinbrúnt og fyllingin freyðandi.

86. Fitulítil ananaskaka

Afrakstur: 1 (8 × 8 tommu) kaka

Undirbúningstími: 25 mínútur

Eldunartími: 25 til 30 mínútur

Hráefni

4 bollar þurrkaður ananas

2 bollar vatn

2¼ bollar alhliða hveiti

1 bolli kornsykur

2 tsk matarsódi

klípa salt

2 tsk vanilluþykkni

2 egg

1 (3,5 aura) pakki sykurlaus vanillu instant pudding

1½ bolli fitulaus þeyttur rjómi

LEIÐBEININGAR

1. Forhitið ofninn í 350°F. Smyrjið og hveiti 8 × 8 tommu bökunarform.

2. Myljið þurrkaðan ananas í plastpoka með rennilás með kökukefli, eða pulsið í matvinnsluvél. Ananas ætti að vera í bitum, ekki duftformi. Pantaðu 2 bolla.

3. Setjið afganginn af mulda ananasnum í litla skál og hyljið alveg með 2 bollum af köldu kranavatni í 15 til 20 mínútur. Bætið við meira vatni ef þarf. Tæmdu og geymdu ananasvökvann.

4. Þeytið saman hveiti, sykur, matarsóda og salt í meðalstórri skál.

5. Bætið vanilluþykkni og eggjum í litlu skálina með endurvöktuðum ananas og blandið saman.

6. Bætið blautu hráefnunum saman við það þurra og hrærið þar til deig myndast.

7. Hellið deiginu í tilbúið eldfast mót.

8. Bakið í 25 til 30 mínútur þar til kakan er gullinbrún og tannstöngull kemur hreinn út. Látið kólna áður en áleggi er bætt við.

9. Þeytið 2 bolla mulinn ananas, ananasvökva og sykurlausa búðinginn saman þar til það er blandað saman. Bætið við auka vatni í 1 tsk þrepum, ef þarf. Blandið þeyttum rjómanum varlega saman við þar til hann hefur blandast saman við.

10. Dreifið áleggi yfir kökuna. Geymið í kæli þar til tilbúið er til framreiðslu.

87. Niðursoðinn engifer

Afrakstur: 8 aura sykrað engifer

Undirbúningstími: 40 mínútur, auk 1 klst

Eldunartími: 4 til 6 klukkustundir

Hráefni

1 stór (8 aura) engiferrót

4 bollar vatn

2¼ bollar sykur, skipt

LEIÐBEININGAR

1. Þvoið og afhýðið engiferrótina. Notaðu mandólín til að skera rótina í ⅛ tommu sneiðar.

2. Bætið 4 bollum af vatni og 2 bollum af sykri í pottinn og hrærið þar til sykurinn er uppleystur.

3. Bætið engiferbitunum í pottinn og látið suðuna koma upp.

4. Lækkið hitann að suðu og eldið í 30 mínútur, hafðu pottinn ólokinn að hluta til svo gufa komist út.

5. Sigtið engiferblönduna og geymið sírópið í niðursuðukrukku.

6. Settu engiferbitana á grind eða afvötnunarbakka í eina klukkustund þar til þeir eru klístraðir en ekki blautir.

7. Kastaðu bitunum út í afganginn af ¼ bolla sykri þar til þeir eru létthúðaðir. Þú getur sleppt þessum hluta og minnkað

sykurinnihaldið; þeir munu samt bragðast sætt af einfalda sírópinu.

8. Setjið engifersneiðar á þurrkunarbakkann og þurrkið við 135°F í 4 til 6 klukkustundir eða þar til bitarnir eru teygjanlegir en ekki klístraðir að innan.

88. Haframjöl fíkjukökur

Afrakstur: 2 tugir smákökum

Undirbúningstími: 10 mínútur, auk 1 klst

Eldunartími: 12 til 14 mínútur

Hráefni

1½ bolli alhliða hveiti

1 tsk lyftiduft

½ tsk salt

3 bollar gamaldags rúllaðir hafrar (fyrir mýkri kex, vinnið helminginn af höfrunum í blandara þar til hann er fínmalaður)

1 bolli smjör, mildað að stofuhita

1 bolli pakkaður púðursykur

½ bolli kornsykur

2 egg

1 tsk vanilluþykkni

1 bolli endurvatnaðar fíkjur, skornar í bita

LEIÐBEININGAR

1. Forhitið ofninn í 350°F. Klæðið bökunarplötur með bökunarpappír.

2. Þeytið hveiti, lyftiduft og salt í stóra skál. Hrærið höfrunum saman við.

3. Í annarri stórri skál, kremið smjörið og sykurinn með handþeytara. Bætið eggjum og vanillu út í, síðan rjóma aftur.

4. Bætið hveitiblöndunni út í vökvann og hrærið þar til það hefur blandast saman. Hrærið endurvöktuðu fíkjubitunum saman við.

5. Kældu deigið í 1 klukkustund eða yfir nótt.

6. Setjið matskeiðastórar ausur á bökunarplöturnar, hafðu kex með 2 tommu millibili. Bakið í 12 til 14 mínútur, þar til kökurnar eru léttbrúnar.

MARINADES

89. Hvítlauksbúgarðsdressing

HRÁEFNI:

1 tsk hvítlauksduft

2 matskeiðar majónesi

2 tsk Dijon sinnep

2 matskeiðar ferskur sítrónusafi

Salt og nýmalaður svartur pipar eftir smekk

LEIÐBEININGAR

Blandið öllu hráefninu saman í salatskál.

Hrærið með salati og berið fram.

90. Rauðlauks- og kóríanderdressing

HRÁEFNI:

1 tsk smátt saxaður rauðlaukur

½ tsk fínt saxað kristallað engifer

1 msk blanchaðar og sneiddar möndlur

2 tsk sesamfræ

¼ tsk anísfræ

1 tsk hakkað ferskt kóríander

⅛ teskeið cayenne

1 matskeið hvítvínsedik

1 matskeið extra virgin ólífuolía

LEIÐBEININGAR

Í lítilli skál skaltu sameina laukinn, engifer, möndlur, sesamfræ, anísfræ, kóríander, cayenne og edik.

Hrærið ólífuolíunni saman við þar til hún hefur blandast vel saman.

91. Dilly ranch kremuð dressing

HRÁEFNI:

2 matskeiðar majónesi

1 msk fínt saxað ferskt dill

1 matskeið hvítvínsedik

1 tsk Dijon sinnep

LEIÐBEININGAR

Hrærið öllu hráefninu saman í salatskál.

Hrærið með salati og berið fram.

92. Heitt cha cha dressing

HRÁEFNI:

1 matskeið extra virgin ólífuolía

1 matskeið majónesi

2 matskeiðar mild eða heit salsa

$\frac{1}{4}$ tsk nýmalaður svartur pipar

$\frac{1}{8}$ teskeið malað kúmen

1 tsk hvítlauksduft

$\frac{1}{4}$ tsk oregano

Cayenne eftir smekk (valfrjálst)

Salt og nýmalaður svartur pipar eftir smekk

LEIÐBEININGAR

Blandið öllu hráefninu vandlega saman í lítilli skál.

Smakkið til og stillið krydd.

93. Vinaigrette í Cajun-stíl

HRÁEFNI:

2 matskeiðar rauðvínsedik

½ tsk sæt paprika

½ tsk kornað Dijon sinnep

⅛ teskeið cayenne eða eftir smekk

⅛ teskeið (eða minna) sykuruppbót, valfrjálst eða eftir smekk

2 matskeiðar extra virgin ólífuolía

salt og nýmalaður svartur pipar eftir smekk

LEIÐBEININGAR

Hrærið öllu hráefninu saman í salatskál. Smakkið til og stillið krydd.

Leggðu salatgrænu ofan á, blandaðu og berðu fram.

94. Sinnepsvínaigrette

HRÁEFNI:

2 matskeiðar extra virgin ólífuolía

2 tsk kornótt sinnep

1 matskeið hvítlauksduft

½ tsk tilbúin piparrót

2 matskeiðar rauðvínsedik

¼ tsk sykur

Salt og nýmalaður svartur pipar eftir smekk

LEIÐBEININGAR

Blandið öllu hráefninu saman í salatskál. Smakkið til og stillið krydd.

Setjið salatgrænmetið í lag og blandið rétt áður en það er borið fram.

95. Engifer og pipar víneigrette

HRÁEFNI:

1 matskeið hrísgrjónavínsedik

¼ tsk sykur

1 hvítlauksgeiri, smátt saxaður

½ tsk fínt saxað ferskt engifer

¼ teskeið mulið þurrkað heitt chili

¼ tsk þurrt sinnep

¼ tsk sesamolía

2 matskeiðar jurtaolía

LEIÐBEININGAR

Blandið öllu hráefninu saman í salatskál. Smakkið til og stillið krydd.

Leggðu salatgrænu í lag og blandaðu rétt áður en það er borið fram.

96. Sítrus vínaigrette

HRÁEFNI:

1 matskeið ferskur sítrónusafi

1 matskeið ferskur lime safi

1 matskeið ferskur appelsínusafi

1 tsk hrísgrjónavín edik

3 matskeiðar extra virgin ólífuolía

½ tsk sykur

Salt og nýmalaður svartur pipar eftir smekk

LEIÐBEININGAR

Blandið öllu hráefninu saman í stóra salatskál. Setjið salatblöð ofan á dressinguna.

Kasta rétt áður en borið er fram.

97. Hvítur pipar og negull nudda

HRÁEFNI:

¼ bolli hvít piparkorn

1 msk malað pipar

1 matskeið malaður kanill

1 matskeið malað bragðmikið

2 matskeiðar heilir negull

2 matskeiðar malaður múskat

2 matskeiðar paprika

2 matskeiðar þurrkað timjan

LEIÐBEININGAR

Blandið öllu hráefninu saman í blandara eða matvinnsluvél.

Geymið í krukku með þéttu loki.

98. Chili þurr nudda

HRÁEFNI:

3 matskeiðar hvítlauksduft

3 matskeiðar paprika

1 matskeið chiliduft

2 tsk salt

1 tsk nýmalaður svartur pipar, eða eftir smekk

¼ tsk cayenne

LEIÐBEININGAR

Myljið kryddblönduna í matvinnsluvél eða blandara eða notið mortéli.

Geymið í krukku með þéttu loki.

99. Bourbon kryddblanda

HRÁEFNI:

2 matskeiðar paprika

1 matskeið cayenne

1 matskeið þurrt sinnep

2 tsk salt

2 tsk nýmalaður svartur pipar

2 tsk hvítlauksduft

2 tsk möluð salvía

1 tsk hvítur pipar

1 tsk laukduft

1 tsk malað kúmen

1 tsk þurrkað timjan

1 tsk þurrkað oregano

LEIÐBEININGAR

Blandið öllu hráefninu saman í lítilli skál.

Geymið í krukku með þéttu loki.

100. Auðvelt jurtaedik

Afrakstur: 1 skammtur

ÍRÁN

4 greinar ferskt rósmarín

LEIÐBEININGAR:

Til að búa til kryddjurtaedik, setjið skolaðar og þurrkaðar kryddjurtir og hvaða krydd sem er í dauðhreinsaða 750 ml vínflösku og bætið við um 3 bollum af ediki, fyllið að innan við $\frac{1}{4}$ tommu frá toppnum. Hættu með nýjum korki og settu til hliðar í 2 til 3 vikur til að bratta. Edikið hefur geymsluþol í að minnsta kosti 1 ár.

Með rauðvínsediki, notaðu: 4 greinar fersk hrokkið laufsteinselju, 2 matskeiðar svört piparkorn

NIÐURSTAÐA

Við höfum líklega bakpokasamfélaginu að þakka fyrir nútíma endurvakningu þurrkaðs matar. Eftirspurn þeirra eftir einföldum, léttum og næringarríkum máltíðum hefur skapað þörf fyrir forpakkaða ávexti, grænmeti, meðlæti og fullrétta máltíðir ásamt endurnýjuðum áhuga á þurrkunarvélum og öðrum leiðum til að þurrka mat. Þessir nýju þægindamatur er að finna í hvaða matvöru- og útivistarverslun sem er og eru þekktir fyrir auðveldan undirbúning og skjótan eldunartíma. Bragðið hefur batnað svo mikið að þú myndir líta á þetta sem fínan kvöldverð. Nútímaframleiðendur hafa tekið þessa áskorun skrefinu lengra með því að læra að framleiða, geyma og skipta um eins árs mat í eigin tilbúnu búri.

Þessi handbók kennir þér grunnatriði þess að þurrka ávexti, grænmeti og prótein; gefur nákvæmar upplýsingar um þurrkun 50 tegundir af ávöxtum og grænmeti; og deilir nokkrum tímaprófuðum og fjölskylduvænum uppskriftum til daglegrar notkunar. Allt sem þú þarft til að læra til að geyma þitt eigið heilbrigða, hillustöðugt búr er innifalið.

www.ingramcontent.com/pod-product-compliance
Lightning Source LLC
Chambersburg PA
CBHW070656120526
44590CB00013BA/976